மானசா

லக்ஷ்மி பாலகிருஷ்ணன்

Manasa (in tamil)
Lakshmi Balakrishnan
First Published: December, 2022

Published by
Bharathi Puthakalayam
7, Elango Salai, Teynampet, Chennai - 600 018.
Email: bharathiputhakalayam@gmail.com | www.thamizhbooks.com

மானசா
லக்ஷ்மி பாலகிருஷ்ணன்
முதல் பதிப்பு: டிசம்பர், 2022

வெளியீடு:

7, இளங்கோ சாலை, தேனாம்பேட்டை, சென்னை – 600 018.
தொலைபேசி : 044 24332424, 24330024 | விற்பனை: 24332924

விற்பனை நிலையங்கள்
மதுரை: 37A, பெரியார் பேருந்து நிலையம் - 045 22324674
ஈரோடு: 39: 39 ஸ்டேட் பாங்க் சாலை - 9245448353
திண்டுக்கல்: பேருந்து நிலையம் - 9942331105, 9976053719
பழனி: பேருந்து நிலையம் அருகில் - 9442883696
திருப்பூர்: 447, அவினாசி சாலை - 9486105018
சேலம்: பாலம் 35, அத்வைத ஆஸ்ரமம் சாலை 0427 2335952
திருவல்லிக்கேணி: 48, தேரடி தெரு - 9444428358
வடபழனி: பேருந்து நிலையம் எதிரில் அடையார் ஆனந்தபவன் மாடியில் - 9444476967
பெரம்பூர்: 52, கூக்ஸ் ரோடு - 9444373716
திருவாரூர்: 35, நேதாஜி சாலை - 9442540543
சேலம்: 15, வித்யாலயா சாலை
திருநெல்வேலி: 25A, ராஜேந்திரநகர் - 9442149981
அருப்புக்கோட்டை: 49A/4 மெயின் ரோடு, தெற்கு தெரு,-9994173551
மதுரை: சர்வோதயா மெயின்ரோடு
குன்னூர்: N.K.N வணிக வளாகம் பெட்போர்ட்
செங்கல்பட்டு: 1 D ஜி.எஸ்.டி சாலை - 044 27426964
விருதுநகர்: 131, கச்சேரி சாலை - 0456 2245300
கும்பகோணம்: 352, ரயில் நிலையம் எதிரில் - 9443995061
வேலூர்: பேஸ் III, சத்துவாச்சாரி - 9442553893
நெய்வேலி: பேருந்து நிலையம் அருகில், - 9443659147
தஞ்சாவூர்: காந்திஜி வணிக வளாகம் காந்திஜி சாலை - 9655542400
கோவை: 77, மசக்காளிபாளையம் ரோடு, பீளமேடு - 8903707294
திருச்சி: வெண்மணி இல்லம், கரூர் புறவழிச்சாலை - 9994289492
திருவண்ணாமலை: முத்தம்மாள் நகர்
நாகர்கோவில்: 699 கே.பி.ரோடு R.V.புரம் - 9443450111
சிதம்பரம்: 11 / 28 வெள்ள திறந்தான் தெரு, - 9994399347
கரூர்: நாரத கானசபா அருகில் (TNGEA OFFICE)- 9442706676
காரைக்குடி: 12, 2 வது தெரு, கம்பன் மணிமண்டபம் பின்புறம் - 9443406150

வடிவமைப்பு: ஆர். காளத்தி

நினைத்த நூல்கள்... நினைத்த நேரத்தில்...　 　8778073949

 BharathiTV | www.bookday.in

என்னுரை

சிறுவயதில் நான் கேட்ட புராணக் கதைகள் எல்லாமே "பகவான் கிருஷ்ணர் என்ன பண்ணினார் தெரியுமா" என்றோ, "ஸ்ரீ ராமச்சந்திரமூர்த்தி என்ன சொன்னார் தெரியுமோ" என்றோதான் ஆரம்பிக்கும். பாட்டியோ அப்பாவோ அப்படி பக்தி ரசம் சொட்டச் சொட்டத்தான் கதைகளைச் சொல்வார்கள்.

இளம் வயதில் கேட்ட கதைகள் என்பதால், ராமாயணத்தை ராமனின் பக்கமிருந்தும், பாரதத்தை பாண்டவர் பக்கமிருந்தும் மட்டுமே நினைக்கப் பழகியிருந்த மனத்திற்கு, கல்லூரிக் காலத்தில் நூலகத்தில் படித்த ஒரு கதை பெரும் அதிர்ச்சியை அளித்தது. வாரணாவதத்தில் அரக்கு மாளிகை எரிப்பில் குந்திக்கும், பாண்டவர்களுக்கும், மாற்றாக வஞ்சகமாய் சிக்க வைக்கப்பட்ட வனவாசிப் பெண்ணையும், அவளது ஐந்து மைந்தர்களையும் பற்றிய அந்தக் கதையை எழுதியவர் மகாஸ்வேதா தேவி. அவர் எப்பேர்ப்பட்ட ஆளுமை என்பதையெல்லாம் தெரிந்து கொள்ள அந்த வயதில் முற்படவில்லை. ஆனால், சிந்தனைத் தெளிவைத் தந்து, என் பார்வையை மாற்றியமைத்தது அக்கதைதான். கதையின் நாயகர்கள் தெய்வங்களாகவே இருந்தாலும் நம் பார்வை அதிலிருக்கும் எளியவர்களின் பக்கமிருந்துதான் இருக்க வேண்டும் என்ற எண்ணத்தை எனக்குள் ஏற்படுத்திய மகாஸ்வேதா தேவி அவர்களுக்கு என் மனத்தின் அடியாழத்தில் இருந்து நன்றியை உரித்தாக்குகின்றேன்.

மகாபாரதம் ஒரு கதைக் கடல். அதிலிருந்து அவரவர் சக்திக்கேற்ப, தேவைக்கேற்ப அள்ளிக் கொள்ளலாம். அப்படி அள்ளி வைக்கப்பட்டதுதான் இந்த மானசாவின் கதை. பொதுவாக, மகாபாரதத்தின் உச்சக் காட்சியென குருக்ஷேத்திர யுத்தத்தையே எண்ணுவோம். ஆனால், உண்மையில் அந்தப் போருக்கு பின்னும்கூட பல்வேறு போராட்டங்கள், பலமுனைகளில் நடந்து கொண்டேதான் இருந்தன. அதில் கடைசியாக முடித்து வைக்கப்பட்டது தட்சகனுக்கும் ஜனமேஜயனுக்குமான போராட்டம்தான். அதை முடித்து வைத்த ஆஸ்திக முனிவரையும்,

அவரைப் பெற்றெடுத்த தாயான மானசாவையும் பற்றியதுதான் இந்தக் கதை.

நாகை மாவட்டத்தில் இருக்கும் கீழப்பெரும்பள்ளம் எனும் ஊர் இன்று நவக்கிரக ஸ்தலங்களில் கேதுவுக்கு உரியதாகச் சொல்லப்படுகிறது. அந்த ஊருக்கும் அரவரசன் வாசுகிக்குமான தொடர்பு சில புராணங்களில் குறிப்பிடப்படுவதால் அதையே கதைக்களனாக்கிக் கொண்டேன். அங்கேதான் இக்கதையின் பெரும்பகுதி நடக்கும் வேணு வனம் இருந்ததாக எழுதியிருக்கிறேன்.

மகாபாரதம் என்றால், அஸ்தினாபுரம், காம்பில்யம், காந்தாரம் என்றுதான் சம்பவங்கள் நடக்க வேண்டுமா என்ன? கதையைக் கொஞ்சம் நம் பக்கத்திற்கும் இழுத்து வருவோமே என்று செய்த முயற்சிதான் இது. சித்தேஸ்வரியான மானசா தேவி வழிபாடு என்பது வங்கம், கலிங்கம், ஆந்திரம் என கீழைக்கடற்கரைப் பகுதிகளில் மிகவும் ஆழமாக வேர் விட்டு நிற்கும் மரபும்கூட! அதனாலும் கதைக் களத்தைப் புகாரை ஒட்டித் தேர்வுசெய்து கொண்டேன். மற்றபடி மகாபாரதத்தில் சொல்லப்பட்டிருக்கும் கதைச் சரடை ஒட்டியே இதை எழுதியிருக்கிறேன். பாத்திரங்களின் மன உணர்வுகள், அவர்களது சிந்தனைப் போக்கு போன்றவற்றை விரிவாக்கம் செய்திருக்கிறேன்.

மகாபாரதம் என்பதே குருகுலத்தவருக்குள் நடந்த போர் பற்றியது மட்டுமே என்பது பொதுப் புரிதல். குருகுலத்திற்கும், சுற்றியுள்ள சூழலுக்குமான போராட்டங்களை இக்கதையில் மையப்படுத்தியுள்ளேன்.

வன அழிப்பு என்பது, காலகாலமாக நாகரிகமடைந்ததாகச் சொல்லிக் கொள்பவர்களின் வழக்கம்தான். அதில் சிக்கி அழிந்த வனவாசிகளின் வலிகள் எப்படி தலைமுறைகள் தோறும் கைமாற்றப்பட்டு, வஞ்சமெனத் திரண்டது என்பதையும், அன்னையொருத்தி தன் மைந்தனைக் கொண்டு அந்த வஞ்சத் தொடர்ச்சியை அறுத்து, அமைதியை நிலைநாட்டியதைப் பற்றியும் பேசுகிறது இக்கதை.

குலப் பகைமை, குலத் தூய்மை போன்ற கருத்தாக்கங்கள் எவ்வளவு அர்த்தமற்றவை என்பதை அன்னையரன்றி வேறு யார் உரக்கச் சொல்ல முடியும்? மானசா, தான் பிறந்த குலத்தை மட்டுமல்ல, குருகுலத்தையும் வஞ்சம், பகைமை போன்ற அமிலங்களின் அரிப்பிலிருந்து மீட்டவள். அத்தோடு தனது புகுந்த

குலத்தில் தலைமுறை தோறும் தொடரும் அநீதி ஒன்றிற்கும் முற்றுப்புள்ளி வைத்தவளாக அவளைச் செதுக்கியுள்ளேன். தனக்கு நடக்கும் அநீதியைத் தாங்கிக் கொள்ள நேரும் பெரும்பாலான மனிதர்கள், தங்களின் கொதிப்பை எல்லாம் தனக்குக் கீழிருப்போர் மீது மடைமாற்றுவார்கள். இதுவே நம் குடும்பங்களுக்குள் நடக்கும் பெரும்பாலான துயரங்களின் மூலப்புள்ளி. மானசாவைப் போன்ற மன விரிவு கொண்டவர்கள் மட்டுமே, தனக்கு நடந்த அநீதி வேறெவருக்கும் நடந்துவிடக் கூடாது என்று கவனம் கொண்டு செயல்பட முடியும்.

தங்கையாக, மனைவியாக, தாயாக என எல்லா நிலைகளிலும் தன் கடமைகளைச் சிறப்பாக நிறைவேற்றிவிட்டு, அதற்குப் பின்னர் தனக்கும் தனியான தேடல்கள் உண்டு என்றும், அதை நோக்கிப் பயணிப்பது தன் உரிமை என்றும் பிறருக்கு உணர்த்தியவள் அந்த நாகினி. நிலத்தில் யார்க்கும் அஞ்சாத நெறிகளும் நிமிர்வும் கொண்ட மானசாவின் கதை இது.

வெண்முரசு நாவல் வரிசையின் மூலம் நானறிந்து கொண்ட பல்வேறு தனித் தமிழ்ச் சொற்களை இக்கதையில் பயன்படுத்தியுள்ளேன். அதற்காக ஜெயமோகன் அவர்களுக்கு என் நன்றியினைத் தெரிவித்துக் கொள்கிறேன்.

தேர்வுக்குப் படிப்பது மாணவர்களுக்குக் கடினம் என்றால் ஒரே விடையை முப்பது மாணவர்களின் தேர்வுத் தாளிலும் மீண்டும் மீண்டும் படித்து, பிழைகளைச் சுட்டித் திருத்தித் தருவது ஆசிரியர்களுக்குப் பெரிய சவால். இந்நாவலை இரு நிலைகளில் மீண்டும் படித்துப் பார்த்து, தன் விமர்சனங்களால் என்னை மேம்படுத்திக் கொள்ள உதவிய அண்ணன் ஆறுமுகத் தமிழன் அவர்களுக்கு என் அன்பும், நன்றியும்.

இந்நூலின் அட்டையை சிறப்புற வடிவமைத்துக் கொடுத்த, அண்ணன் வன்மிக்கும், சிறப்புற நூலாக்கிப் பதிப்பிக்கும் பாரதி புத்தகாலயம் தோழர்களுக்கும் நன்றிகள்!

எப்போதும் என் எழுத்திற்குத் துணை நிற்கும் துணைவர் பாலாவுக்கும், மகன் கனிவழுதனுக்கும் அன்பு.

இக்கதையைப் படித்து உங்கள் கருத்துகளைப் பகிர்ந்துகொள்ளுங்கள்.

லக்ஷ்மி பாலகிருஷ்ணன்
lakshmibalawriter@gmail.com

க டற்கரையிலிருந்து வெகு அருகில் அமைந்திருந்தது அந்த அழகிய வேணு வனம். குறுமுனியின் உபயத்தால் மண்ணில் பெருகிய காவிரி நதி கடலில் கலக்கும் சங்கமத் துறை அங்கிருந்து சில காத தூரம்தான். அழிமுகத்தினருகில் மண்ணின் வளத்திற்கு என்ன குறைவு? மூங்கில்கள் மேகங்களின் பாதையை மறித்துவிடுவன உயர்ந்து நின்றிருந்தன. அவ்வனத்தில் சிற்சில மூங்கில்களில் வண்டு துளைத்திருந்த துளைகளில் காற்றுப் புகுந்து அனாதியான ஸ்வரக் கோவைகளை அவ்வப்போது இசைப்பதுண்டு. காற்றில் அசையும் மூங்கில்கள் ஒன்றோடொன்று உரசி யானைகள் கொட்டாவி விடுவது போன்ற ஒலியெழும். இது போன்ற இயற்கையான ஒலிகள் தவிர வேறு ஒலியெதுவும் அங்கு எழுவதில்லை.

அவ்வனத்தைச் சுற்றியிருந்த சோழ தேசத்தவர்கள் யாரும் அதன் எல்லைக்குள் கால் வைப்பதில்லை. எனவே, மனிதர்களால் சூறையாடப்படாமல் அந்த வேணு வனம் செழித்து வந்தது. அங்குள்ள ஒவ்வொரு மூங்கில் கொத்தும் அரை யோஜனை தூரத்திற்கேனும் பரவியிருக்கும்.

அந்த வேணு வனத்தின் நடுவே அத்தனை பெரிய குடியிருப்பு ஒன்று இருப்பதை வெளியுலகில் அதிகம் பேர் அறிந்திருக்கவில்லை. காசியப மகரிஷிக்கும் கத்ரு அன்னைக்கும் பிறந்த அஷ்ட நாகங்களில் முதன்மையானவரான வாசுகியின் குடியிருப்பு அது.

அவ்வனத்தின் எல்லையென ஓடும் பொன்னி நதியின் சிற்றோடையின் எதிர்க் கரையில் எண்ணற்ற கல் நாகப் பிரதிஷ்டைகள் உண்டு. அந்த வேணு வனத்திற்குப் பாதாளத்திலிருந்து மாநாகங்கள் வந்து போவதான நம்பிக்கை வேங்கட மலையிலிருந்து குமரி முனம்பு வரை விரிந்திருந்த நிலத்தவர்களிடையே பரவியிருந்தது. எனவே, புத்திரப் பேற்றுக்காகவும், திருமணத் தடைகள் அகலவும் அங்கு வந்து நாகப் பிரதிஷ்டை செய்து வைக்கவோ அல்லது ஏற்கனவே அங்கிருக்கும் எண்ணற்ற நாகப் பிரதிமைகளுக்கு பால் ஊற்றியும், மலரும் சுடரும் கொண்டு வணங்கவோ வந்து செல்லும் மக்கள் மறந்தும்கூட அந்த ஓடையைக் கடக்க மாட்டார்கள்.

நீண்ட காலம் கிட்டாதுபோன புத்திரப் பேற்றுக்காக விரதமிருப்போர் மட்டும் கருநிலவு நாட்களில் அங்கிருந்த கல் மண்டபத்தில் இரவு தங்கிச் செல்வர். அப்படித் தங்கிச் செல்பவர்களுக்குப் பிறக்கும் குழந்தைகளில் ஆண்களுக்கு நாகன் என்றும், பெண்களுக்கு நாகம்மை என்றும் பெயரிடுவர். வற்றாத ஆற்றலுக்கும், குன்றாத வீரியத்திற்கும் பெயர் பெற்றவர்களான நாகர்களின் அருளால் பிறக்கும் குழந்தைகள், கல்வி கேள்வியிலும் வீரத்திலும் மட்டுமல்ல; குழந்தைச் செல்வத்திலும் குறைவற்றவர்களாக இருப்பார்கள் என்பது அம்மக்களின் நம்பிக்கை.

அவ்வனத்தின் அரசரான வாசுகி, எண்ணும்போது எண்ணும் உருவெடுக்க வல்லவர். தேவாதி அசுரர்கள் அமிர்தம் தேடியபோது, வடவரையை மத்தாக்கி, வாசுகியை நாணாக்கித்தான் பாற்கடலைக் கடைந்தார்கள். அதில் உடல் நைந்த வாசுகி, நஞ்சை கக்க நேர்ந்தது. பாற்கடலிலிருந்து வந்த ஆலகாலத்தோடு வாசுகியின் நஞ்சையும் சேர்த்தே சிவபெருமான் விழுங்கி, தன் கண்டத்தில் நிறுத்திக் கொண்டார். அதில் தனக்கேற்பட்ட குற்றவுணர்ச்சியால் முக்கண் முதல்வனை நோக்கி தவம் புரிந்து, அவரது ஆசிகளைப் பெற்றுத் திரும்பினார் வாசுகி.

தொழுவார் துயர் தீர்த்தலையே தொழிலாய்க் கொண்ட அழகனின் அருள்பெற்ற பின் அவனியில் அஞ்சுவதற்கு வேறென்ன உண்டு? ஆனாலும், அதன் பின்னரும்கூட உள்ளிருந்தே எரித்தழிக்கும் குன்றாத அனலொன்றினால் நாளும் வாடி வந்தார் வாசுகி.

கண் இமைக்கும் நேரம் த்ருடி. பதினெட்டு த்ருடிகள் ஒரு காஷ்டை. முப்பது காஷ்டைகள் ஒரு கலை. முப்பது கலைகள் கொண்டது ஒரு முகூர்த்தம். முப்பது முகூர்த்தங்கள் சேர்ந்தால் ஒரு

நாள், பதினைந்து நாட்கள் ஒரு பட்சம், இரண்டு பட்சங்கள் ஒரு மாதம், இரண்டு மாதங்கள் ஒரு பருவம், ஆறு பருவங்கள் ஒரு வருடம். இப்படியாகத் துளித் துளியாகப் பெருகி காலமானது நகர்ந்து கொண்டே இருந்தாலும், தன் துயரம் மட்டும் துளியும் குறைவதில்லை என்பதை அவர் உணர்ந்திருந்தார்.

அவர் பெரும்பாலும் மற்றவர்களிடம் பேசுவதே இல்லை. அவர் மனம் விட்டுப் பேசுவது இருவரிடம் மட்டும்தான். ஒருவர் அவனது சகோதரனும் உயிர்த் தோழனும் ஆகிய ஏலாபத்திரன். அவன் இப்போது இந்த வனத்திற்குள்ளேயே இல்லை. இன்னொருவர் அவர்களது ஒரே தங்கையான ஜரத்காரு.

நாக கன்னிகையருக்கு இற்செறிப்பு போன்ற கட்டுப்பாடுகள் கிடையாது. அவர்கள் தங்கள் விருப்பம்போல நடமாடுவதும், பருவம் அடைந்த மங்கையர் தமக்கேற்ற இணையைத் தாமே தேர்ந்தெடுத்துக் கொள்வதும்தான் அங்கே நடைமுறை. அன்னையே, அவர்களுக்குக் குலத்தை அளிப்பவள். தந்தையை அன்னையின் துணைவர் என்பதற்கப்பால் மைந்தர் சுமந்தலைய வேண்டியதில்லை. தாயின் மூத்த சகோதரனின் வழிகாட்டுதலில் குழந்தைகள் வளர்வார்கள்.

பிற நாக கன்னியரைப்போல ஜரத்காரு குடிலுக்கு வெளியே நடமாடுவதில்லை. வாசுகியைத் தவிர அன்னிய ஆண்கள் யாரும் அவளைப் பார்த்ததுகூட இல்லை. நேதள சுந்தரியெனும் அவளது அனுக்கியைத் தவிர பிற பெண்களேகூட, அவளை அதிகம் பார்த்ததில்லை. அக்குடியிருப்பின் தெற்கு மூலையிலிருக்கும் நாகப் புற்றுக்கும், அருகிலிருக்கும் அன்னை கத்ருவின் கல் பிரதிஷ்டைக்கும் புலரி தோறும் வழிபாட்டுக்கென ஜரத்காரு வருவாள். அந்தக் கருக்கிருட்டுப் பொழுதில் குடிகள் யாரும் தங்கள் குடிலிலிருந்து வெளிவரக் கூடாது. அது வெளிப்படையாகச் சொல்லப்படாத நெறி. அவள் பூசனைகளை முடித்து தங்களது மையக் குடிலுக்குள் நுழைந்ததன் அறிகுறியாக, நேதளா எழுப்பும் சங்கொலியைக் கேட்ட பின்னரே மக்கள் தத்தமது குடில்களின் சாளரங்களையும், கதவுகளையும் திறப்பர்.

ஜரத்காருவிற்கு மட்டும் ஏன் இத்தனை கட்டுப்பாடுகள் என்பது அங்கிருக்கும் நாகர்கள் அனைவரின் மனதிலும் ஓடிய கேள்விதான். என்றபோதிலும் அதனைத் தலைவனின் முன்னிலையில் எழுப்பும் துணிவு யாருக்கும் இல்லை. கண்ணெதிரே கணுக் கணுவாக உயரும்

மூங்கில்போல ஜரத்காருவின் இளமையும் வளர்ந்து பொலிந்ததைக் கண்டு ஒரே நேரத்தில் உவகையும், துயரும் எய்தியபடி ததும்பிக் கொண்டிருந்தார் வாசுகி.

அந்தக் கருநிலவு நாளின் நள்ளிரவில் கல் மண்டபத்தில் நோன்புக்காகத் தங்கியிருந்த பெண்ணொருத்தி தலைப்பாகை தரித்த ஒருவன் ஓடையைக் கடந்து செல்வதை வியப்போடு பார்த்தாள். புயல் வேகத்தோடு வனத்திற்குள் இருந்த குடியிருப்பின் மையக் குடிலை அணுகிய அந்த தலைப்பாகை மனிதனே ஏலாபத்திரன். வாசுகியின் இருப்பிடத்திற்குள் எந்த நேரத்திலும் நுழைய அவனுக்கு அனுமதி உண்டென்பதை அனைவரும் அறிந்திருந்ததால், யாரும் அவனைத் தடுக்கவில்லை.

முகப்பறையில் அமர்ந்திருந்த ஏலாபத்திரனை விரைவான காலடிகளுடன் வந்த ஜரத்காரு வணங்கினாள்.

"வணங்குகிறேன் அண்ணா."

"நல் வாழ்வு பெறுவாயாக. மூத்தவர் நலமா? உடனடியாக அவரைப் பார்க்க வேண்டுமே அம்மா"

"நீண்ட பயணம்போல் தோன்றுகிறதே. பசியாறி, சற்று ஓய்வுஎடுத்த பின்னர் காலையில் சந்திக்கலாமே?" என்ற ஜரத்காருவின் குரல் பாதியில் நின்றது. அதற்குள்ளாகவே அவர்கள் இருவருக்கும் மூத்தவரான வாசுகி பரபரப்புடன் அறைக்குள் நுழைந்தார்.

"வா ஏலாபத்திரா. செய்தி ஏதேனும் உண்டா?"

எழுந்து நின்ற ஏலாபத்திரன் வேகமாய் மூத்தவரின் காலடி தொட்டு வணங்கி நிமிர்ந்தார். வார்த்தையற்று வெறுமனே அவரது தலையைத் தொட்டு வாழ்த்தினார் வாசுகி.

"ஆம், அண்ணா! காலம் கனிந்துவிட்டது. நீங்கள் உடனே புறப்பட்டு வாருங்கள்."

"எங்கிருக்கிறார்?"

"தண்டக வனத்தில்"

"தங்கையையும் கையோடு அழைத்துப் போய் விடலாமா?"

"தேவையில்லை அண்ணா. நீங்கள் மட்டும் வாருங்கள். முதலில் போய் அவரிடம் பேசி உறுதி செய்து கொண்டு, அவரை இங்கே

அழைத்து வந்து முறைமைகள் செய்து கொள்ளலாம். அதுதானே மரபு?"

"மரபு, முறைமை, பழக்க வழக்கமென்றெல்லாம் பார்க்கும் நிலையிலா நாம் இருக்கிறோம்? காலத்தை வீணாக்குவானேன்? இவளையும் கூட்டிப் போய்விடலாமே?"

"அண்ணா, மறுத்துப் பேசுவதாக எண்ணாதீர்கள். முனிவர் நமது அவசரத்தை தவறாகப் புரிந்து கொண்டுவிட்டால் சிக்கலாகிவிடும்."

எப்போதுமே ஏலாபத்திரனின் கணிப்புகள் கச்சிதமாக இருக்கும். இந்தத் தொலையாத துயரத்திற்கான விடிவெள்ளியைக் கண்டறிந்து முதலில் சொன்னவனே அவன் தானே என்று யோசித்தபடியே சற்றுத் தணிந்தார் வாசுகி.

மூத்தவர்களின் பரபரப்பு, அதில் தனக்கும் ஏதோ சம்பந்தமிருப்பதுபோல சூசகமாகப் பேசிய விதம் போன்றவற்றால் குழம்பிப் போனாள் ஜரத்காரு. வாசுகியை அவளாக எதுவுமே கேட்டதில்லை. காசியபருக்கும் கத்ருவுக்கும் பிறந்த ஆயிரம் பேரில் அவள் ஒருத்தியே பெண் மகவு. எனவே அண்ணன்மார் அனைவருக்குமே அவள் மிகவும் செல்லம்தான். வாசுகிதான் அவளைத் தந்தையும், தாயுமாக இருந்து வளர்த்தவர். அவளின் மேல் காற்றுப்படுவதைக்கூட பொறுக்காதவர். அவரிடம் தானாகக் கேள்வி கேட்பது தகாது என்று எண்ணியவளாக அமைதியாக இருந்தாள்.

வாசுகி பரபரப்பு தணிந்தவராக ஆசனம் ஒன்றில் அமர, ஏலாபத்திரனும் அருகில் அமர்ந்தான். ஜரத்காரு உள்ளே சென்று ஏலாபத்திரனுக்கு உணவுக்கும், ஓய்வுக்குமான ஏற்பாடுகளைச் செய்யலானாள்.

உள்ளறைகளுக்குள் நடமாடிக் கொண்டிருந்த போதும் காதுகளை முகப்பறையின் பேச்சு சத்தங்களுக்காகவே தீட்டி வைத்திருந்தாள். ஆனால், அவர்கள் மேற்கொண்டு பேசிக் கொண்டதை வைத்தும் அவளால் எதையும் புரிந்து கொள்ள முடியவில்லை.

"எப்படியும் வந்த காலோடு நீ கிளம்ப ஜரத்காரு ஒப்புக் கொள்ள மாட்டாள். அவள் சொல்வது போல உண்டு முடித்து, சில நாழிகையேனும் ஓய்வெடு ஏலாபத்திரா"

"அண்ணா, நமக்கு அதிக சமயமில்லை. நாளை முன் காலைப் பொழுதிலேயே இங்கிருந்து கிளம்பிவிட வேண்டும்"

"சரி, சமயம் கனிந்து விட்டது என்பதை எப்படி உறுதி செய்து கொண்டாய்? நாம் கேட்பதை அவர் மறுத்துவிட மாட்டாரே?"

"நிச்சயம் மறுக்க முடியாது அண்ணா. இன்று அவரிருக்கும் நிலை அப்படி. நாம் முடிவெடுத்த காலம் முதலே அவரை ஓசையற்றுப் பின் தொடர்ந்து வந்தேன். நமது குலத்தின் விடிவுகாலம்தான் அவரை தண்டக வனத்திற்கு இட்டுச் சென்றது. அங்கேதான் அந்த விலாமிச்சை மரமிருந்தது.

யாயாவரர் குலத்தவரான அவரது முன்னோர்கள் அந்த மரத்தின் ஒற்றை வேர் இழையைப் பற்றிக் கொண்டு தலைகீழாகத் தொங்கிக் கிடக்கும் பொந்தை அவர் நெருங்கிய கணத்தில் சூட்சும வடிவில் நான் அவர்களை நெருங்கி நின்று அவர்கள் பேசிக் கொள்வதைக் கேட்டேன்."

"யாயாவர குலத்து அந்தணர்களுக்கு ஏன் அந்தக் கதி? யாயாவரர் என்ற பெயருக்கே ஒரு நாளைக்கு மேல் ஒரே கிராமத்தில் தங்காதவர்கள் என்றுதானே பொருள். அத்தகைய பற்றற்ற வாழ்வை, புலனடக்கத்தோடு வாழ்ந்து விண்ணேகியவர்கள் அல்லவா? புண்யபலம் கொண்ட அவர்கள், அப்படி வேரிலே தொங்க வேண்டிய அவசியமென்ன?"

"அந்த குலத்திற்கு இப்போதிருக்கும் ஒற்றை வாரிசு இந்த ஜரத்காரு முனிவர் மட்டும்தானே அண்ணா. இவர் பிரம்மச்சாரியாகவே காலம் தள்ளி வருவதால், அவரது முன்னோர்கள் புத் எனும் நரகை நோக்கி விழத் தொடங்கிவிட்டார்கள். நம் புண்ணிய பலனின் காரணமாக அந்தக் காட்சியை ஜரத்காரு காணவும் நேர்ந்தது. யாயாவரர்கள் தங்கள் கதையைச் சொன்னதும்தான் முனிவருக்குத் தான் திருமணம் செய்து கொள்ள வேண்டியதன் அவசியம் புரிந்தது."

"நீ உடனே அவரிடம் சம்பந்தம் பேசிவிட வேண்டியதுதானே?"

"அண்ணா, நம் தங்கைக்கு மூத்தவர் எனும் முறையில் நீங்கள்தான் மணம் பேச வேண்டியவர். அத்தோடு மட்டுமல்ல; முனிவர் மணக்க நினைத்ததுமே நாம் போய் அங்கே நின்றால் இதில் நமக்கும் ஒரு உள்நோக்கமிருப்பது புரிந்துவிடும் அல்லவா? அதனால்தான் அவரும் கொஞ்ச நாட்கள் மணமகளைத் தேடட்டும் என்று விட்டுவிட்டு வந்தேன்"

இதைக் கேட்டதும், அச்சத்திலும், கோபத்திலுமாக வாசுகி எழுந்து நின்றுவிட்டார்.

"அடேய் அறிவிலி... பல்லாண்டுகளாகக் காத்திருந்த வேளை வாய்த்தபோது, அதை அந்தரத்தில் விட்டுவிட்டு இங்கே ஓடி வந்தாயா? வேறு யாரேனும் அவருக்குப் பெண்ணைக் கொடுத்துவிட்டால் நம் நிலைமை என்னாவது? உன்னைப் போன்ற ஒரு அறிவற்றவனை.. இத்தகைய முதன்மைப் பணிக்கு அனுப்பிய என்னைப் போன்ற மூடன் எவனுமிருக்க முடியாது. ஐயோ.. இனி எப்படி என் குலத்தைக் காப்பேன்." உணர்ச்சிகளின் கொதிப்பால் அவரது உடல் நடுக்கமுற்றது.

ஏலாபத்திரன் வாசுகியின் பதற்றத்தைத் தணிப்பதற்காக, தானும் எழுந்து அவரருகில் சென்று அவரது தோளில் கைவைத்தான். "அண்ணா. உங்கள் கவலை எனக்குப் புரிகிறது. ஆனால், நீங்கள் நினைக்கும்படியான ஆபத்து ஏற்பட்டுவிடாது. மாமேதையான ஜரத்காரு முனிவர், பித்ருக்களின் நிலைமயை எண்ணி மணம் புரிந்து கொள்ள எண்ணினாலும் அவரது உள்ளியல்பால் திருமண உறவை ஒரு பெரும் பாரமாக, சுமயாகவே கருதுகிறார் போலும். தன் முன்னோர்களிடமே அவர் தனது திருமணத்திற்காக சில நிபந்தனைகளைச் சொல்வதை என் காதால் கேட்டேன். மணமகளுக்கும் என்னுடைய பெயரே இருக்க வேண்டும். அவளை அவளுக்கு உரியவர்கள் எனக்கு பிச்சையாக அளிக்க வேண்டும். திருமணத்திற்குப் பின்னரும் அவளையும், அவளுக்குப் பிறக்கவிருக்கும் குழந்தைகளையும் நான் பராமரிக்க மாட்டேன். அது போலவே மண வாழ்வில் ஒரு சிறு பிழையையும் ஒப்ப மாட்டேன். உடனே அவளைப் பிரிந்துவிடுவேன் என்றெல்லாம் நிபந்தனைகளிட்டார் அண்ணா. இத்தனை நிபந்தனைகளுக்கும் உட்பட்ட பெண் நம் தங்கையைத் தவிர வேறு யார் அவருக்குக் கிடைப்பார்கள் சொல்லுங்கள்?"

முன்பும் குல அழிவை எண்ணிப் பதறியபோது, இதே ஏலாபத்திரன்தான் உரிய உபாயத்தைக் கண்டடைந்து சொன்னவன். ஆனாலும், இப்போது அவனது பதிலால் திருப்தியுறாமல் வாசுகி தலையை அசைத்தார். "அப்படியெல்லாம் நாம் அலட்சியமாக இருந்துவிட முடியாது. என் மனம் ஏனோ நிம்மதியுற மறுக்கிறது. அதிலும் முனிவரின் கடைசி நிபந்தனையை நினைத்தால் இன்னமும் என் கவலை அதிகரிக்கிறது. நம் தங்கையை அந்த ஜரத்காரு முனிவர் மணந்து, அவர்களுக்கு ஒரு மகனும் உருவாகும் வரை என்னால் நிம்மதியாக இருக்கவே முடியாது. சரி, சீக்கிரம் சென்று உணவுண்டு சற்று துயின்று எழுந்து வா, விரைந்து செல்வோம்"

தண்டக வனத்திற்குள் அவர்கள் நுழைந்தபோது, அந்தி நெருங்கிக் கொண்டிருந்தது. சூரியக் கதிர்கள் மஞ்சள், சிவப்பு எனத் தேய்ந்து மெல்ல மெல்ல இருளை நோக்கி நகர்ந்து கொண்டிருந்தன. சூரிய குலத்தோன்றலான இக்ஷ்வாகுவின் நூறாவது மகனாகிய தண்டன், அசுர குருவாகிய சுக்ராச்சாரியாரின் மகள் அரஜாவின் மீது கொண்ட தகாத காதலின் கனி இந்த இருள் காடு. தண்டனின் ஒழுக்கக் கேட்டினால் சினமெய்திய சுக்ரர், தண்டன் இறக்கவும், அவனது நாடு மண் மூடிப் போகவும் தீச்சொல்லிட்டார். தண்டனின் நாடு கைவிடப்பட்டு, அடர் வனமாக மாறி நின்றது. இருளடைந்துவிட்டால் அக்காட்டில் முனிவரைத் தேடிக் கண்டடைவது கடினமாயிற்றே என்ற மனக் கலக்கத்துடன் காற்றென உள் நுழைந்தனர் வாசுகியும் ஏலாபத்திரனும்.

தன் முன்னோர்களைச் சந்தித்து, அவர்களின் இக்கட்டை உணர்ந்து, திருமண பந்தத்திற்கு ஆட்பட, முனிவர் ஜரத்காரு சம்மதித்து இன்றோடு ஒரு மண்டலம் கழிந்துவிட்டது. இன்னமும் அவரால் தகுந்த மணமகளைக் கண்டடைய முடியவில்லை. சுற்றுவட்டாரப் பகுதிகள் எல்லாவற்றிலும் இருக்கும் அந்தணக் குடியிருப்புகள் அனைத்திற்கும் சென்று, தனது நிலையைச் சொல்லி மணமகளை யாசித்தார். நகருக்கு வெளியே

இருக்கும் பார்ப்புச் சேரிகளுக்கும்கூட சென்று அங்கிருக்கும் வேளாப் பார்ப்பணர்களிடத்தும், வைதீகக் கடன்களாற்றும் உரிமையை இழந்த விராத்ய பார்ப்பணர்களிடத்தும்கூட மணமகளைத் தேடினார்.

ஜரத்காரு தன் பெயருக்கேற்றார்போல மெலிந்த உடலும், சடைமுடி மண்டியவராகவும் இருந்தார். அவரிடம் தவச் செல்வம் தவிர்த்து வேறெதுவும் செல்வமில்லை என்பது பார்த்ததுமே தெரிந்தது. அதற்கும் துணிந்து வந்தவர்களையும் அவரது நிபந்தனைகள் வேறு மருட்டின. ஆக எத்தனை தேடியும் அவரால் தகுந்த மணமகளைக் கண்டடையவே முடியவில்லை. களைத்துச் சோர்ந்தவராக, துயரம் கப்பிய மனதுடன் மீண்டும் காட்டிற்கே வந்த முனிபுங்கவர் கையறு நிலையில் உரக்கப் புலம்பினார்.

"அசைவன, அசையாதன, கண்ணுக்குப் புலப்படாதவை என்று எந்த உயிரினங்கள் இங்கே இருக்கின்றனவோ, யாராக இருந்தாலும், எனது வார்த்தைகளைக் கேட்பீராக! எனது முன்னோர்கள் துயரத்தால் உந்தப்பட்டு, கடும் தவங்களில் ஈடுபட்டிருந்த என்னை, 'ஒரு மகனுக்காகத் திருமணம் செய்து கொள்' என்று பணித்தார்கள். எனவே, எனது பித்ருக்களின் வழிகாட்டுதல்படி, நான் மனைவியை யாசிக்கிறேன். எனது இவ்வார்த்தைகளைக் கேட்ட எந்த உயிரினமும் தனது மகளை எனக்குப் பிச்சையாக இடட்டும். எனது பெயர் கொண்ட அந்த மணமகளை எனக்குப் பிச்சையாக இட்டாலும், நான் அவளைப் பராமரிக்க மாட்டேன். யாரேனும் எனக்கு மணமகளை அளியுங்கள்"

மிகச் சரியாக இந்த வார்த்தைகளை அவர் சொல்லிக் கொண்டிருக்கையில், வாசுகியும் ஏலாபத்திரனும் அங்கு வந்து சேர்ந்தார்கள். இந்தப் புலம்பலைக் கேட்ட வாசுகி, வீடு பற்றி எரிகையில் எதிர்பாராது மழை வந்தால் அடைவதற்கு ஒப்பான ஆசுவாசத்தை அடைந்தார். முனிவரை நோக்கி விரைந்து நடந்தபடியே "நான் பிச்சையிடுகிறேன் ரிஷிசிரேஷ்டரே" என்று கூவினார்.

தான் கோரும் பிச்சை என்னவென்று சரியாகப் புரிந்து கொள்ளாமல் வாசுகி பிச்சையிட வருவதாகவே ஜரத்காரு எண்ணினார். எனவே, மீண்டும் தெளிவாகத் தனது நிபந்தனைகளையும், கோரிக்கையையும் சொன்னார். பல்லாண்டுகளாக இத்தருணத்திற்கெனவே காத்திருந்த வாசுகியோ மிகுந்த மகிழ்வோடு, "என் தங்கையின் பெயரும்

ஜரத்காருதான். அவளை நான் தங்களுக்குத் தானமளிக்கிறேன். அதன் பின்னரும் அவளையும், அவளுக்குப் பிறக்கும் புத்திரர்களையும் பராமரிக்கும் பொறுப்பையும் நானே ஏற்றுக் கொள்கிறேன். அவள் தங்கள் மனம் கோணாமல் பதி சேவை செய்வாள் என்பதற்கும் உறுதியளிக்கிறேன். எங்களது இருப்பிடத்திற்கு எழுந்தருளி, என் தங்கையை மனைவியாக ஏற்றுக் கொண்டு இல்லறம் புக வாருங்கள்" என்றார்.

வேணு வனம் அன்று மிக உற்சாகமான மனநிலையில் இருந்தது. வாசுகியின் தங்கை ஜரத்காருவுக்கும், முனிவரான ஜரத்காருவுக்குமான திருமணச் சடங்குகளுக்கான ஏற்பாடுகள் நடந்து கொண்டிருந்தன. மலர்த் தோரணங்களும், உணவு மணமுமாக அந்தப் பகுதியே விழாவுக்கான கொண்டாட்ட நிமித்தங்களால் ததும்பியது.

ஆனால், மணமகளான ஜரத்காருவோ சுற்றி நடப்பனவற்றைப் புரிந்து கொள்ள முடியாதவளாக, மனக் குழப்பத்தில் ஆழ்ந்தவளாக இருந்தாள். நாகர் குலக் கன்னியரும், அன்னையரும் அவளைச் சூழந்து மணக்கோலத்திற்கு அலங்கரித்துக் கொண்டிருந்தாலும் அவள் முகத்தில் உற்சாகத்தைக் கொண்டுவர முடியவில்லை. அணி செய்யும் பணி நிறைவுறும் வேளையில் வாசுகி அவ்வறை வாயிலில் வந்து நின்றார். அவரைக் கண்டதுமே மற்ற பெண்கள் சொல்லற்றுத், தலை வணங்கி வெளியேறினர். பின்னர் அவர் உள்ளே வந்ததுடன், அறைக் கதவையும் மூடினார்.

ஜரத்காரு அவர் தன்னிடம் ஏதோ சொல்லவிருப்பதை உணர்ந்தவளாக, உடலெங்கும் செவியாகக் காத்திருந்தாள்.

"அன்புக்குரியவளே, நம் குல வழக்கத்திற்கு மாற்றாக உன்னை மட்டும் இல்லத்திற்குள்ளேயே

பூட்டி வைத்து வளர்த்ததற்கு நீ இது வரையில் காரணம் கேட்டதில்லை. நம் குலத்தில் பெண்களே இணையைத் தேர்வு செய்வதற்கு மாற்றாக, நானாக உனக்கு மணம் முடிவு செய்ததையோ, சடாமகுடதாரியான அந்த வயோதிக முனிபுங்கவரை உன் மணமகனாகத் தேர்ந்து இங்கு அழைத்து வந்ததைப் பற்றியோகூட ஒரு வார்த்தையும் நீ கேட்கவில்லை. ஏனம்மா?"

"தந்தையும் தாயுமென இருந்து என்னை வளர்த்தவர் நீங்கள். நீங்கள் எடுக்கும் எந்தவொரு முடிவும் எனக்கும், நம் நாக குலம் முழுமைக்குமே நன்மை பயப்பதாகத்தான் இருக்கும் என்று நம்புகிறேன் மூத்தவரே"

தங்கையின் பதிலில் மனம் நெகிழ்ந்தார் வாசுகி. புன்னகை விரிந்த முகத்தோடு அவளுக்கு அவளது வாழ்வின் பொருளைச் சொல்லத் தொடங்கினார்.

தட்சப் பிரஜாபதியின் பதிமூன்று மகள்களை மணந்திருந்தார் காசியப முனிவர். அதிதி, திதி, தனு, காலை, தனயு, ஸிம்ஹிகை, குரோதை, பிராதை, விஸ்வை, வினதை, கபிலை, முனி, கத்ரு என நீளும் அந்நிரையில் வினதை, கத்ரு இருவரும் ஒருவர் மேல் ஒருவர் மாளாத மாச்சரியம் கொண்டிருந்தனர். காசியபர் அவர்களுக்குப் பிள்ளை வரம் தருவதாகச் சொன்னபோதுகூட அவ்விருவருக்கும் மற்றவளைப் பற்றிய நினைவே தலைதூக்கி நின்றது. வல்லமை குன்றாத ஆயிரம் நாகங்கள் மைந்தர்களாக வேண்டுமென கத்ரு கோர, வினதை கத்ருவின் மைந்தர்களைவிட வல்லமை கொண்ட இருவர் தனக்கு மகன்களாக வேண்டும் என்று கேட்டாள். இருவருக்கும் அவ்வண்ணமே நிகழும் என்று சொல்லிச் சென்றார் காசியபர்.

கத்ருவின் அனைத்து முட்டைகளும் பொரிந்து, அவற்றிலிருந்து வெளிவந்த ஆயிரம் நாகக் குஞ்சுகள் சூழ அவள் மகிழ்ந்திருப்பதைப் பார்த்த வினதை, ஏக்கத்தோடு தனது இரண்டு முட்டைகளையும் எண்ணி பெருமூச்சு விட்டாள். கிழ முனிவர் பொய் சொல்லி விட்டாரோ, என்றுமே மூத்தவள் மேல் அவருக்கு விருப்பமதிகம், எனவே, அவள் மைந்தரைவிட வல்லமை கொண்ட பிள்ளைகளை தனக்குத் தர விரும்பாமல் இந்த வெற்று முட்டைகளைத் தந்து ஏமாற்றிவிட்டாரோ என்றெல்லாம் புழுங்கினாள்.

ஒரு நாள் உச்சபட்ச சினத்தோடு ஒரு பாறையை எடுத்துவந்து தன் முட்டைகளில் ஒன்றை உடைத்தபோது அதற்குள் முழுமையாக வளர்ச்சி அடையாத ஆண் குழந்தை ஒன்று இருந்தது. இடை வரை நன்கு வளர்ந்திருந்த அக்குழந்தைக்கு கால்கள் மட்டும் வளராமல் சிறியவையாக இருந்தன. ஒப்பற்ற அழகுடனிருந்த குழந்தை கண்களை விழித்துப் பார்த்ததுமே நிகழ்ந்ததைப் புரிந்து கொண்டது. அன்னையின் ஔவியம் தன் வளர்ச்சியைப் பறித்துவிட்டதை எண்ணி சினம் கொண்டவனாய், "உன் மன மாசுகளால் என் வாழ்வைப் பாழாக்கினாய். எந்த உன் சகோதரி மேல் கொண்ட பொறாமையினால் இவ்விழி செயலைச் செய்தாயோ அவளுக்கே நீ அடிமையாவாய்" என்று சாபமிட்டான்.

அவன் சொல்வதற்கு முன்பே தனது தவறை உணர்ந்த வினதை சொல்லற்று அழுதாள். அந்த அழுகை தன் குழந்தையின் நிலைக்காகவோ, அவனது வாயிலிருந்து வந்த தனது எதிர்காலத்திற்காகவோ என்று பிரித்தறியமுடியாதபடி இருந்தது. அலையலையாய் எழுந்த அந்த விசும்பலின் ஒலி, அக்குழந்தையின் சினத்தை மெல்லத் தணித்தது.

"அழாதே அம்மா. மனமெனும் தேரின் புரவிகளான உணர்ச்சிகளின் மேல் எப்போதும் முழுக் கட்டுப்பாட்டோடு வாழ வேண்டும். கடிவாளத்தை நழுவ விட்டால் அவை பாதையற்ற பாதையில் போய் நம்மையும் விழ வைத்துவிடும். என் பெயர் அருணன். அதோ அந்த இன்னொரு முட்டையில் சுபர்ணனாகிய கருடன் எனும் பராக்கிரமசாலி வளர்ந்து வருகிறான். அவனையேனும் முழுமையாக அடைகாத்து வளர்த்தெடுப்பாயாக. நான் தந்த சாபத்திலிருந்து உனக்கான விடுதலையை அவனே அளிப்பான். இப்போது என்னை இவ்வில்லத்தை விட்டு வெளியே தூக்கிச் செல்" என்றான் அருணன்.

மனம் பதறி, உடல் நடுங்கினாலும் அழுகையை அடக்கிக் கொண்டு வினதை, அவன் சொன்னதைச் செய்தாள். முற்றத்திற்கு வந்த அவளின் கையிலிருந்த குழந்தையின் மேல் சூரியக் கதிர்கள் விழுந்தன. தன்மீது வெப்பத்தை உணர்ந்து, அவன் நிமிர்ந்து வானைப் பார்த்தான். அப்போதுதான் வினதை, ஒரு அதிசயத்தை கவனித்தாள் - அருணனும் சூரியனுக்கு நிகரான பிரகாசத்துடன் இருந்தான். தன்னையறியாமல் கண்களைச் சுருக்கிக் கொண்டுதான் இதுவரை அவனைப் பார்த்துக் கொண்டிருந்தோம் என்று உணர்ந்தாள்.

சூரியன் தன் ஒளிக் கரங்களால் அவனைத் தூக்கிக் கொண்டாரா, கால்களற்றுப் போனதை ஈடு செய்ய அந்தக் குழந்தைக்குப் பறக்கும் சக்தியை பிரம்மா வழங்கினாரோ தெரியவில்லை, அவன் மெல்ல வினதையின் கரங்களில் இருந்து எழும்பி காற்றில் மிதந்தபடி சூரியனை நோக்கிச் சென்றான்.

அஞ்சுவதா, உவப்பதா என்று புரியாமல் அவள் பதைத்தபடி பார்த்திருக்கவே, அவன் சூரியனின் ரதத்தட்டில் அமர்ந்து அவனது சாரதியானான். ஒவ்வொரு நாளும் புலரியில் கிழக்கில் எழும் பொன்னொளி அருணனுடையதே. அவனுக்குப் பின்னரே சூரியன் தனது கதிர்களை பரப்பத் தொடங்குகிறான். அன்று முதல் அருணோதயப் பொழுதுகளில் மட்டுமே புன்னகைப்பவளானாள் வினதை.

ஒரு நாள் நந்தவனம் ஒன்றில் வினதையும் கத்ருவும் உலவிக் கொண்டிருந்தபோது, விண்ணில் பாற்கடலைக் கடைந்தபோது வெளிவந்ததும், இந்திரனுக்கு உரியதுமான உச்சைஸ்ரவஸ் எனும் தெய்வீகக் குதிரை செல்வதைப் பார்த்தனர். வினதை அக்குதிரை முழுவதும் வெண்ணிறமானது என்று சொன்னாள். கத்ருவோ, அதன் வால் மட்டும் கருப்பு நிறமானது என்று சாதித்தாள். சகோதரிகளிடையே பேச்சு தடித்தது. யார் சொல்வது சரி என்று மறுநாள் பார்த்துவிடுவது என்றும், தவறாகச் சொன்னவர் மற்றவருக்கு அடிமையாக வேண்டுமென்றும் பந்தயமிட்டுக் கொண்டனர்.

அன்றிரவு கத்ரு தனது நாக மைந்தர்களை அழைத்தாள். அவர்களிடம் இந்தப் பந்தயத்தைப் பற்றிக் கூறினாள். "எப்படியும் நான் வெற்றிபெற்றாக வேண்டும், எனவே, கருநிறம் கொண்ட உங்களில் சிலர் பறந்து சென்று அக்குதிரையின் வாலைச் சுற்றிக் கொள்ளுங்கள். வினதையும், இன்னும் பிறக்காத அவளது மகனும் நம் அடிமைகளாகிவிடுவார்கள். அதன் பின்னர் இவ்வுலகில் நாம் எண்ணி, ஏங்க வேண்டிய எதுவும் மீதமிராது." என்று கட்டளையிட்டாள்.

அன்னையின் பேச்சைக் கேட்ட நாக மைந்தர்கள் அஞ்சினார்கள். அது மெய்மையைக் குறித்த அச்சமா, வினதையின் பிறக்கவிருக்கும் மகனின்

பராக்கிரமங்களைப் பற்றிப் பலரும் சொல்லியிருந்ததனால் ஏற்பட்ட அச்சமா என்றெல்லாம் தெளிவாக உணர்ந்து கொள்ள முடியாத போதும், கத்ருவின் மைந்தர் அனைவரும் ஒரே குரலில் தங்களால் முடியாது என்று அறிவித்தார்கள்.

உக்கிரமான சினத்தை அடைந்தாள் கத்ரு. மைந்தர்களின் மறுப்பு அவளது அகங்காரத்தைப் புண்படுத்தியது. ஆத்திரம் அறிவை மழுங்கச்செய்து, தன் நோக்கத்தைத் தானே மறந்தாள். நுனிக் கிளையில் அமர்ந்து அடிக்கிளையை வெட்டும் அறிவிலிபோல, தன் சொந்த மைந்தர்களையே "குரு வம்சத்தவனாகிய ஜனமேஜயனின், வேள்வி நெருப்பில் விழுந்து நீங்கள் அனைவரும் அழிவீர்களாக" என்று சபித்தாள். நாக குலத்தவரின் பெருக்கத்தினாலும், அவர்களது நஞ்சின் வீரியத்தாலும் எரிச்சலுற்றிருந்த தேவர்களும் இச்சாபத்தைக் கேட்டுக் களிப்பெய்தினர்.

கையிலள்ளிய நீர் விரலிடுக்கு வழியே வழிவதைத் தடுக்கும் வகையறியாது பார்ப்பவள்போல தன்னை மீறி தன்னிலிருந்தே எழுந்த இந்த வார்த்தைகளின் போக்கை அச்சத்துடன் பார்த்துக் கொண்டிருந்தாள் கத்ரு. தானும் தன் குழந்தைகளும் சக்களத்தியின் அடிமைகளாக வாழப் போவதுடன், தன் குலமழியத் தானே சாபமிட்டதன் அபத்தமும் உரைக்க ஆற்றுவாரும் தேற்றுவாருமில்லாமல் அழத் தொடங்கினாள்.

திகைப்பும் அச்சமுமாகக் குழம்பிய நாக குமாரர்கள், தாயின் சாபத்தைத் தீர்க்க முதலில் அன்னையின் சொல்லைச் செயலாக்க வேண்டியதுதான் என்ற முடிவுக்கு வந்தனர். தங்களுக்குள் சிறந்தவனாகிய கார்க்கோடகனை, உச்சைஸ்ரவஸ் இருக்குமிடம் அனுப்பி வைத்தனர். அவன் மறுநாள் காலையில் கத்ருவும், வினதையும் துயிலெழும் முன்னரே உச்சைஸ்ரவஸ் இருக்குமிடம் சென்று, அதன் வாலைச் சுற்றிக் கொண்டு அது கருநிறமாகத் தோன்றச் செய்தான்.

உற்சாகத்தோடு வினதையும், சோர்ந்த உள்ளத்தோடு கத்ருவும் சூரியன் உதிக்கும் கீழ்க்கடலை நோக்கிப் பயணித்தனர். வருண தேவனின் இருப்பிடமாகவும், உலகில் உதிக்கும் ஆறுகள் அனைத்திற்கும் அடைக்கலமாகவும், எண்ணற்ற ஜீவராசிகளின் வாழ்வாதாரமாகவும், நொடி நேரமும் சலிக்காமல் அலைபுரண்டு கொண்டுமிருக்கும் அக்கடலைத் தாண்டி அத்தெய்வீகப் புரவியின் இருப்பிடத்திற்குச் சென்று சேர்ந்தனர்.

வெற்றி நிச்சயம் என்ற நினைவோடு வந்த வினதையும், எதிர்காலமே சூன்யம் என்ற எண்ணத்தோடு வந்த கத்ருவும் நிலைமை தலைகீழாக இருப்பதை உணர்ந்தனர். ஒரு நொடியில் ஒரே வயிற்றில் பிறந்த இருவரில் ஒருத்தி அடிமையாகவும், இன்னொருத்தி எஜமானியாகவும் மாறினர். மௌனமாய்ப் பணிந்தாள் வினதை. அவளை ஆட்கொண்ட நிறைவோடு கத்ரு இல்லம் திரும்பினாள்.

வினதையின் ஆடை ஆபரணங்களைக் களையச் செய்து, மரவுரியை அளித்தாள் கத்ரு. இல்லத்திற்குள் செய்ய வேண்டிய வேலைகளைப் பட்டியலிட்டு அனுப்பிவிட்டு, சாய்மான மஞ்சமொன்றில் அமர்ந்தபோது கத்ருவுக்குள் எந்த உவகை ஊற்றும் கொப்பளித்துவிடவில்லை. ஏதோ முக்கியமான ஒன்றை மறந்துவிட்டதுபோல ஆழ்மனம் துழாவிக் கொண்டே இருந்தது. சாம்பல் குவை மேல் கால் வைத்து அழுத்த அடியிலுள்ள கங்கு சுட்டது போல் திடீரென தனது புதல்வர்களின் கதி நினைவுக்கு வந்தது.

அடிமைத் தளையிலிருந்து தப்பியபோதும், குலமழிக்கும் தன் சாபத்தை மீட்டுக் கொள்ள வழி தெரியாதவளாகத் தவித்தாள். அற மீறல் என்ற போதும் தான் சொன்னதைச் செய்து பணிந்து நிற்கும் குழந்தைகளைக் காக்க வேண்டியது தனது கடமை என்று புரிந்தாலும், அதைச் செய்யும் வழியொன்றும் தோன்றவில்லை அவளுக்கு.

என் தவ வல்லமை கொண்டு அப்படியொரு சாபத்தை இட்டிருந்தால், அதன் மீட்சிக்கான வழியும் எனக்குத் தோன்றியிருக்கும். என்னை மீறி என்னுள்ளிருந்து எழுந்த சொற்பெருக்கு அது. படைப்பின் முதல்வனான பிரம்மாவிடம்தான் அந்தத் தீச்சொல்லுக்குப் பொருளையும், விடையையும் கேட்க வேண்டும். அவரிடம் சென்று இறைஞ்சி, எப்படியேனும் மீட்பு பெறுவோம் என்று எண்ணியவளாய், கத்ரு சத்யலோகத்தை நோக்கிப் பயணித்தாள். அவளது மைந்தர்களில் அறிவிற் சிறந்தவனான ஏலாபத்திரன் அவளறியாவண்ணம் அவளது ஆடை மடிப்பிற்குள் சிறு நாகக் குஞ்செ ன ஒளிந்தபடி அவளைப் பின் தொடர்ந்தான்.

"தந்தையே, ஆத்திரத்தில் அறிவிழந்த என் வாயிலிருந்து அப்படியான கொடூர மொழிகள் எப்படி வந்தன" என்று கண்ணீரோடு கேட்டாள் கத்ரு.

"ஆசையாய் வளர்க்கும் செடியென்றாலும் தோட்டம் முழுவதும் அடர்ந்து விட்டால், தேவையற்ற கிளைகளை கழித்தால்தான் விருட்சம் தழைக்கும். அது போலவே கட்டற்றுப் பெருகும் வேகத்தால் நாகர்களின் எண்ணிக்கை அதிகரித்து வருவது, உலகின் சமநிலையைக் குலைக்கும் செயல். எனவே இனி ஒவ்வொரு கட்டத்திலும் குருகுல மன்னர்கள் நாகர் குலத்தவரை அழிப்பதைத் தவிர்க்கவே முடியாது. பழிக்குப் பழி எனத் தொடரவிருக்கும் அச்சங்கிலியின் முக்கியக் கண்ணி ஜனமேஜயன் நிகழ்த்தவிருக்கும் சர்ப்பசத்திர வேள்வி. அதனால்தான் அது உன் வாக்கிலிருந்து மாத்ரு சாபமாக நாகர்களின் மேல் பாய்ந்தது." என்றார் பிரம்மன்.

"என் சொல்லில் வந்தது என்பதற்காகவே பொய்யையும் மெய்ப்பித்தனர் என் மைந்தர். அவர்கள் என் வார்த்தையாலேயே அழிவதை என்னால் ஒப்ப முடியாது. நான் எத்தகைய பிழையீட்டு நோன்பையும் நோற்கத் தயார். இந்தச் சாபத்திலிருந்து என் குழந்தைகள் மீள ஒரு வழி சொல்லுங்கள்."

பிரபஞ்சத்தின் தராசுத் தட்டுகள் ஒரே விதமாய் நிலை கொள்வதில்லை. வெற்றியும் தோல்வியும் தட்டுகளைத் தாழ்த்துவதும், உயர்த்துவதும் மாறி மாறி இடைவிடாது நடக்கும். இப்புவியில் குலப் பகை, குலக் கலப்பு என்பதற்கெல்லாம் ஒரு பொருளுமில்லை என்பதை நாகர்களும், குரு குலத்தவரும் பெரும் விலை கொடுத்தே அறிய வேண்டியிருப்பதை எண்ணிப் புன்னகைத்தவராய் கத்ருவின் மனதை ஆற்றுப்படுத்தும் விதமான விடையைச் சொன்னார் நான்முகக் கடவுள்.

"நீ எந்தவிதமான அபராத பூசனைகளும் செய்யத் தேவையில்லை மகளே. யாயாவர குலத்து அந்தணனான ஜரத்காருவை, உன் மகள் ஜரத்காரு மணந்து பெறும் புதல்வன் அந்த சர்ப்ப சத்திர வேள்வி முழுமையடையாமல் நிறுத்தி, உன் குலத்தை சர்வ நாசமாகாமல் காப்பான். குறிப்பாக, தட்சகனை அவனே மீட்பான். நீ அஞ்சாமல் செல்வாயாக" என்றார் பிரம்மன்.

"இதையெல்லாம் அன்னையின் ஆடை மடிப்பிற்குள் இருந்து கேட்டுக் கொண்டிருந்த ஏலாபத்திரன் எனக்குச் சொன்னான். அத்தோடு மட்டுமல்ல; பாற்கடலைக் கடைந்து அமிர்தமெடுக்க தேவர்களுக்கு நான் உதவியதில் மகிழ்ந்த தேவேந்திரனே எனக்காக ஒரு முறை பிரம்மனிடம் பரிந்து பேச, முற்றும் அறிந்தவரான பிரம்மா புன்னகையோடு என்னிடம் ஏலாபத்திரன் முன்னமே உனக்குச் சொன்னது போலவே ஜரத்காருவை மணந்து ஜரத்காரு பெற்றெடுக்கும் மகனால் உன் குலம் காக்கப்படும்" என்று மீண்டும் உறுதி செய்தார்.

பேசிக் கொண்டிருந்த வாசுகி ஜரத்காருவின் முகத்தைப் பார்த்தார். அவளது முகத்தில் அது வரை இருந்த கவலைகள் அகன்று, முகம் தெளிந்து வருவதைக் கண்டவருக்கு மகிழ்வாக இருந்தது.

"இது வரை என்னைச் சுற்றி என்ன நடக்கிறது என்றே புரியாததால்தான் குழப்பத்தில் இருந்தேன் அண்ணா. என் கடமை என்னவென்று தெளிந்த பின் எனக்கு எந்தக் கவலையும் இல்லை. நம் குலத்திற்காக இந்தப் பணியை நிச்சயம் செய்வேன், கவலையை ஒழியுங்கள்"

"அதை அறிவேன் அம்மா. ஆனால், முனிவர் ஜரத்காரு திருமணத்திற்காகப் போட்ட கட்டளைகளை நீ அறிவாயா?"

அமைதியாகத் தெரியாது என்று தலையசைத்தாள்.

"மணமகளுக்கும் என் பெயரே இருக்க வேண்டும், பெண்ணை யாரேனும் தானமாகத் தர வேண்டும், திருமணத்திற்குப் பின்னரும் மனைவி மக்களை நான் பராமரிக்க மாட்டேன், மனைவி சிறு தவறு செய்தாலும் சகியேன்"

முதலிரு கட்டளைகளை இயல்பாக ஏற்ற ஜரத்காருவுக்கு கடைசி இரண்டு நிபந்தனைகளும் வியப்பையும், அச்சத்தையும் அளித்தன. ஆனால், பெண்ணுக்கே உரிய நம்பிக்கையால் "நிச்சயம் நான் முனிவரின் மனம் கவரும் வண்ணம் சேவை புரிந்து, அவரை மகிழ்விப்பேன். நம் குலம் காக்கும் மைந்தனையும் பெற்றெடுப்பேன்" என்று உரைத்தாள்.

"நல்லது தங்காய். நல்ல மனைவி தன் கணவனுக்கும், நல்ல சீடன் தன் குருவுக்கும் பணிவிடை செய்ய வேண்டிய முறையைப் பற்றிச் சொல்லுகையில், சுவேதகாகீயம் போலிருக்க வேண்டும் என்பார்கள். சுவ என்றால் நாய், ஏத என்றால் மான், காக என்றால் காகம் என்பதை நீ அறிந்திருப்பாய். நாய் போன்ற விழிப்புடனும், மான் போன்ற மருட்சியுடனும், காக்கையைப் போன்ற குறிப்புணர்தலுடனும் சேவை புரிவதே சுவேதகாகீயம் ஆகும். நீயும் அப்படியே பணிவுடன் இருந்து காரிய சித்தியடைய வேண்டும் அம்மா."

அவரது பாதம் பணிந்த ஜரத்காருவை வாழ்த்திவிட்டு அறையை விட்டு வெளியேறி மண வினைகளுக்கான ஏற்பாடுகளைக் கவனிக்கப் போனார் வாசுகி. எளிய மனிதர்களுக்கு இன்பக் கனவுகளை மட்டுமே கொடுக்கும் மணமாலை, சிலருக்கு பல்வேறு பொறுப்புகளுக்கான சூசகமாக மட்டுமே அமைவதுண்டு. ஜரத்காரு வாழ்வு விடுக்கும் தனக்கான அறைகூவல்களை எதிர்கொள்ள மணவறை நோக்கி எழுந்தாள்.

நாகர் குடியினருக்கு அந்த மணவிழாவே விந்தையானதாகத்தான் இருந்தது. குல வழக்கத்திற்கு மாற்றாக, ஒரு நாகரல்லாத மனிதனுக்கு, அதிலும் அந்தணருக்கு தன் சகோதரியை மணம் புரிந்து கொடுப்பதும், மணத்திற்குப் பின்னர் அவர்களுக்கென புதியதொரு இல்லத்தையும் கட்டித் தந்திருப்பதும் என்று அரசரான வாசுகியின் செயல்கள் எதுவும் அவர்களுக்குப் புரிபடவில்லை. ஆனாலும், விழா மனநிலை என்பதே உற்சாகத்தை அளிக்க, அனைவரும் சுறுசுறுப்பாகப் பணியாற்றிக் கொண்டிருந்தனர்.

தங்கள் குலப் பூசகர்களுக்குப் பதிலாக, சோழ தேசத்தின் தலைநகரான சம்பாபுரி நகரிலிருந்து வரவழைக்கப்பட்டிருந்த வைதீகர்கள் அமர்ந்து சடங்குகளைச் செய்து கொண்டிருந்ததைப் பார்த்து சில முதியவர்கள் மட்டும் குரலெழும்பாமல் உதடசைவாக தங்கள் ஒவ்வாமையை பரிமாறிக் கொண்டிருந்தனர்.

குறித்திருந்த மைத்ர முகூர்த்த நேரத்தில் நாக கன்னியர் சூழ நடந்து வந்த தன் தங்கை ஜரத்காருவின் கரம் பற்றி, முனிவரின் கரத்தில் வைத்தார் வாசுகி. பிரம்மாவின் புதல்வரான மரீசி, அவரது புதல்வரான காசியபரின் மகனாகிய நான், என் சகோதரியான இந்த ஜரத்காருவை, யாயாவர குலத்து அந்தணரான ஜரத்காரு முனிவருக்கு

கொடை அளிக்கிறேன் என்று சொல்லி, தன் துணைவி நீர் வார்க்க மணவினையின் முக்கிய சடங்கை நிகழ்த்தினார்.

உலகின் முதல் பெண் சதரூபை. அந்த சதரூபைக்கும் சுயம்புவ மனுவுக்கும் பிறந்த மகள் பிரசூதி. பிரசூதிக்கும் தட்சனுக்கும் பிறந்த மகள் கத்ரு. நாகர்களின் வழக்கப்படி சொல்வதென்றால் இந்த வரிசையைச் சொல்லி, அதில் கத்ருவுக்கும் காசியபருக்கும் மகளாகப் பிறந்த ஜரத்காரு என்றுதான் குலமுறையைச் சொல்லியிருக்க வேண்டும். ஆனால், முனிவரின் மனம் கோணாமல் வைதீக முறைப்படியே திருமணம் செய்துவைப்பது என்று முடிவெடுத்திருந்தமையால் எல்லாவற்றையும் விழுங்கிவிட்டு, சடங்குகளைச் செய்து கொண்டிருந்தார் வாசுகி.

ஜரத்காருவின் கரம் பற்றிய ஜரத்காரு, வேள்வித் தீயின் முன்னிலையில் அவளது வலது காலைப் பற்றித் தூக்கி வைத்து, உறுதிகள் சொல்லியபடி ஏழடிகள் நடந்தார். கல்லின் மீது மணமகளை ஏற்றி நிற்க வைத்து அவளுடைய மனபலத்திற்காக வேண்டிக் கொண்டார். அதன் பின்னர் துருவனையும், அருந்ததியையும் பார்க்கும் சடங்கிற்காக மௌனமாய்க் காத்திருந்தனர்.

மெல்ல வானம் இருண்டு விண்மீன்கள் தெளிந்து வந்ததும் இருவரும் வைதீகர் வழிகாட்ட வட திசை நோக்கித் திரும்பி நின்றனர். ஜரத்காரு, ஜரத்காருவிற்கு துருவனையும் அருந்ததியையும் காட்டி அவர்களைப் போல அறத்திலும், கற்பிலும் பற்றுக் கொண்டு ஒழுக அறிவுறுத்தினார். பின்னர் அன்று முதல் தான் செய்ய வேண்டிய முத்தீ ஓம்பும் கடமைக்காக விவாக வேள்வித் தீயிலிருந்து கங்குகளை மண் சட்டியில் எடுத்து காத்து வைக்கச் சொல்லி மணமகளிடம் தந்தார்.

பொதுவான மணவினைச் சடங்குகள் முடிவடைந்த பின்னர், அனைவரும் விருந்து உண்டனர். அதன் பின்னரும் மணமக்களுக்கு மட்டுமான சடங்குகள் மூன்று நாட்களுக்குத் தொடர்ந்தன. அதற்குள்ளாகவே மணமக்களுக்கென புதிதாக வாசுகி கட்டியிருந்த இல்லத்தில் குடி புகுந்திருந்தனர். நான்காம் நாள் காலையோடு சடங்குகள் முடிவடைந்தன. வந்திருந்த வைதீகர்களுக்கு காணிக்கைகளைத் தந்து வழியனுப்பினர்.

இளையவளான ஜரத்காருவிற்கு அந்தணர் வாழ்க்கை முறைகளில் வழிகாட்டுவதற்காக என்று புகார் பட்டினத்திலிருந்து ஒரு முது பார்ப்பணியை வரவழைத்து அவர்களின் இல்லத்திலேயே தங்கவும்

செய்திருந்தார் வாசுகி. அவளது வழிகாட்டுதலின்படி, தன் தினசரி நடவடிக்கைகளைப் பழக்கிக் கொண்டாள் ஜரத்காரு.

பொன்னி நதியிலிருந்து இன்னொரு ஓடையை வெட்டி இவர்களின் இல்லத்தின் பின்புறம் ஓடும்படி செய்திருந்தார் வாசுகி. கருக்கிருட்டிலேயே எழுந்து அந்த ஓடையில் நீராடி, மண் கலத்தில் தூய நீர் நிரப்பிக் கொண்டு இல்லம் புகுவதிலிருந்து அவளது கடமைகள் துவங்கும். வேதத்தின் கிருஹ்ய சூத்திரத்தில் சொல்லப்பட்டிருக்கும் எல்லா வைதீகக் கடமைகளையும் தன் பதி முறைப்படி செய்ய உதவினாள். அவரது ருசியறிந்து உணவிடுவது, குறிப்புணர்ந்து அவரது தேவைகளை நிறைவேற்றுவது என ஒவ்வொரு கணமும் விழிப்போடு இருந்தாள். திருமண நாளன்று வாசுகி சொன்ன சுவேதகாகீயம் எனும் தொடரை ஒருபோதும் அவள் மறக்கவில்லை.

சின்னாட்களில் அந்த முதுமகளே வாசுகியிடம் சென்று "இனி உன் தங்கைக்கு வழிகாட்ட யாரும் தேவையில்லை. அவள் அனுசுயைக்கும், அருந்ததிக்கும் நிகரான பதிபக்தியோடிருக்கிறாள். எனவே, இனி அவளது உள்ளுணர்வே அவளுக்கு உரிய வழியைக் காட்டும்" என்று சொல்லி விடைபெற்றாள். மகிழ்வோடு வாசுகியும் அவள் மனம் நிறையுமளவு செல்வத்தைத் தந்து வழியனுப்பினார்.

நாட்களும், மாதங்களும் கடந்த பின்னரும் முனிவரான ஜரத்காரு இல்லறத்திலிருந்தாலும் பிரம்மச்சாரியாகவே காலத்தைக் கடத்திக் கொண்டிருந்தார். திருமணம் செய்து கொண்டாலும் கூட அவருக்கு மனைவி என்பவள் என்பது வைதீகக் கடமைகளைச் செய்வதற்கான வசதியான ஒரு ஏற்பாடு என்பதற்கு மேல் எண்ணமெதுவும் எழவில்லை. இதையெல்லாம் நேதள சுந்தரி மூலம் அறிந்த வாசுகி மீண்டும் கவலை கொண்டார்.

ஏலாபத்திரனை வரவழைத்து ஆலோசனை கேட்கலாமா என்று அவர் சிந்தித்துக் கொண்டிருந்தபோதே எதிர்பாராமல் அவர் விரும்பியது நடந்தது. மீண்டுமொருமுறை ஜரத்காருவின் பித்ருக்கள் அவரது கனவில் தோன்றி, தாங்கள் தொங்கிக் கொண்டிருக்கும் விலாமிச்சை மரத்து வேரைப் பற்றி நினைவூட்டினார்கள். அதன் பலனாய் ஜரத்காரு மனமிரங்கி தன் மனைவிக்கு கர்ப்பதானம் செய்ய முன்வந்தார்.

ஜரத்காருவின் அந்த மாத மாதவிடாய் தீர்ந்து, தூய்மையடைந்த பிறகு சேஷ ஹோமம் எனப்படும் சடங்கினைச் செய்து, அவளோடு உறவு கொண்டார். அதன் பின்னர் தன் பித்ருக்களை எண்ணி வணங்கி மீண்டுமொரு முறை நாந்தி எனப்படும் முன்னோர் வழிபாட்டுச் சடங்குகளையும் செய்தார்.

சின்னாட்களுக்குப் பின், மதிய உணவுண்ட ஜரத்காரு, தன் மனைவியில் மடியில் தலைவைத்துத் துயின்றார்.

தர்ப்பையினாலான பாயில் தன் மடியில் தலைவைத்துத் தூங்கும் கணவருக்கு, பனை ஓலை விசிறியினால் விசிறியபடி உட்கார்ந்திருந்தாள் ஜரத்காரு. முனிவரின் சுவாசம் சீராக எழுத் துவங்கியது. இமைகளுக்குள் தத்தளித்த அவரது கண் பாவைகள் மெல்ல அமைதியடைந்த போது, அவர் துயிலில் ஆழ்ந்துவிட்டதை உணர்ந்தாள். கைகள் விசிறியை நிதானமாய் விசிறியபடியிருக்க, முனிவரின் உறக்கத்தைக் கலைத்துவிடாமல் லேசாக சுவரருகில் நகர்ந்து உட்கார்ந்து முதுகை சுவரில் சாய்த்துக் கொண்டாள். மனதுக்குள் ஓடும் சிந்தனைகளை, துளித் துளியாய் தன் முன் நிழலாடும் புதிய, பழைய நினைவுகளை எல்லாம் நிதானமாய் கவனித்துக் கொண்டிருந்தாள்.

மனதைக் கட்டுப்படுத்த எந்த முயற்சியும் செய்யாமல் அதன் போக்கில் விடும்போது தானாகவே நெஞ்சின் அலைகள் அடங்கிவிடும் மாயத்தை அறிந்தவள் அவள். எதையும் நோக்காமல், எதிலும் கவனம் குவிக்க முயலாமல் தளர்வாக மனதை விட்டாள்.

பின் மதிய வேளையின் புழுக்கத்தைத் தணிக்கும் கடற்காற்று உள்ளே வரத் துவங்கியதும் தன்னையறியாமல் அவளுக்கும் கண் சொக்கத் துவங்கியது. உள்ளுக்குள் அணுவளவாக உருவாகியிருந்த குழந்தையினால் அவளறியாமலே உடலில் சில மாற்றங்கள் ஏற்பட்டிருந்தன. இப்போதெல்லாம் சற்று நேரம் வெறுமனே அமர்ந்திருந்தால்கூட அவளை மீறி உறக்கம் மேலெல்லாம் நெய்யை ஊற்றினார் போல பிசுபிசுவென வந்து படிந்துவிடுகிறது. புலர் காலைப் பொழுதில் எழுந்திருப்பதே பெரும்பாடாக ஆகிவிட்டது. இப்போதும் அது போலவே கையிலிருந்த விசிறி நழுவியதையும் அறியாமல் துயிலில் ஆழ்ந்தாள். எங்கிருந்தோ அகாலத்தில் எழுந்த கூகையின் குழறல் ஒலி கேட்டு விழிப்புற்ற அவள், முதலில் தன்னிலை புரியாமல் குழம்பினாள். துயிலில் இருந்து உடல் எழுந்து விட்டாலும், மனம் விழிப்படையாத குழப்பத்தில் சில நொடிகள் தவித்தது. மெல்ல மெல்ல சூழலை உணர்ந்தாள்.

பின்மதிய நேரத்தில் அமர்ந்தவாறு மடியிலிருந்த கணவருக்கு விசிறிக் கொண்டிருந்ததும், ஒசையற்று வந்த நித்திரா தேவிக்கு ஆட்பட்டுவிட்டதையும் உணர்ந்து சற்று நாணினாள். பகலவனின் கதிர்கள் சாயும் விதத்தைக் கொண்டு அவதானித்தவள் மாலை நேரமாகிவிட்டதை உணர்ந்தாள்.

அஸ்தமன நேரத்திற்குரிய சந்தியாவந்தனக் கடமைகளை அவர் ஆற்ற வேண்டுமே. இது நாள் வரை இவரை துயிலிலிருந்து எழுப்பும் நிலை வந்ததே இல்லை. இரவிலும் கூட மிகவும் சிறு பொழுது மட்டுமே துயில் கொள்பவர். அனுஷ்டானங்கள் முடிந்த நேரம் தவிர்த்து மிஞ்சும் பொழுதுகளிலெல்லாம் தன்னுள் மூழ்கி ஆழங்களைத் துழாவுபவர். எல்லாம் அறிந்தவரான அவருக்கு, எதையும் நினைவூட்ட வேண்டிய தேவை இன்று வரை வந்ததில்லை. இன்றென்னவோ இப்படி உறங்குகிறாரே.

உறங்குவது கைக்குழந்தையாக இருந்தாலும் முதியவராக இருந்தாலும் முகத்தில் தெரிவது ஒரே பாவம்தான். எவ்விதத் தடையுமில்லாமல், பிரம்மத்தின் அடைக்கலமென தன்னைத் தந்துவிட்ட நிம்மதியும், விடுதலையும் கனிந்து நிற்கும். மாமுனிவரானாலும் இவருக்கும் அப்படித்தான் இருக்கிறது. வெளியே கூடடையும் பறவைகளின் ஒலி வலுக்கிறது. இந்த இல்லம் வேணு வனத்தின் எல்லையை ஒட்டி இருப்பதால், ஓடையைத் தாண்டி நிற்கும் அத்தி, அரசு, வேம்பு போன்ற மரங்களில் குடியிருக்கும் பறவைகளின் ஒலி இங்கு அதிகமாகவே கேட்கிறது. சாளரங்களின் வழி வந்து விழுந்து கொண்டிருந்த ஒளிச் சட்டங்கள் மெல்ல மெல்ல வெளிறிக் கொண்டிருக்கின்றன. இதற்கு மேலும் தாமதித்தால் அவரது சந்தியாவந்தனம் தவறிவிடும்.

மனதைத் திடப்படுத்திக் கொண்ட ஜரத்காரு, அவரது தோளைத் தொட்டு லேசாக உலுக்கியபடி "ஸ்வாமி, அந்தி சாயும் பொழுது நெருங்குகிறது. தங்களது கர்மானுஷ்டானம்.." என்று மெல்லிய குரலில் சொல்லிச் சென்றவளை முடிக்கவிடாமல் சினந்து எழுந்தார் ஜரத்காரு.

"பெண்பாலாகிய நீ நினைவுறுத்தித்தான் எனக்கு என் கடமைகள் தெரிய வேண்டும் என்றெண்ணும் அளவுக்கு ஆணவம் கொண்டவளா நீ? நான் யாரென்பதை அறிவாயா?"

"மன்னிக்க வேண்டும். ஆணவத்தினால் அல்ல, தங்கள் மேல் கொண்ட அன்பினாலேயே எழுப்பத் துணிந்தேன் ஸ்வாமி. கதிரவனைக் காணாமல், கோணாமல், கண்டு கொடுக்கும் நீர்க் கொடையே அந்தணர் வாழ்வின் முக்கிய கடமை என்பதால், அதைத் தாங்கள் தவறவிட்டுவிடக் கூடாதே எனும் பதற்றத்தால்தான் தங்களை எழுப்பத் துணிந்தேன். என் தவறை மன்னியுங்கள்."

"நான் அர்க்கியமளிக்காமல் கதிரவன் எப்படி மறைவான்? ஜிதேந்திரியனாகிய எனது நீர்க்கொடையைத் தவிர்த்து சூரிய பகவான் அஸ்தமித்துவிட மாட்டார் என்று நீ உறுதியோடிருந்திருக்க வேண்டாமா? பதியை, அவனது உயர்வை அறியும் அறிவற்ற நீ எனது பத்தினியாக இருக்கத் தகுதியற்றவள். முன்னமே உன்னை மணம் புரிந்து தரச் சொல்லிக் கேட்டபோது உன் தமையனான நாகராஜன் வாசுகியிடம் தெளிவாகச் சொல்லியிருந்தேன். என்னை மன சஞ்சலம் அடையச் செய்யாத பெண்ணுடன் மட்டுமே என்னால் வாசம் செய்ய முடியுமென்று.

நீ குணவதி, என் மனம் கோணாமல் நடப்பாய் என்று அவன் சொன்னதை நம்பியே உன்னை மணந்தேன். இத்தனை நாள் உன் ஸ்வபாவங்களை மறைத்துக் கொண்டு நீயும் அப்படியே ஒழுகி வந்தாய். இதோ சிறு இக்கட்டு வந்தவுடன் உன் சுய ரூபம் வெளிப்பட்டுவிட்டது. என்னையே சந்தேகிக்கவும், எனக்கு அறிவுரை கூறவும் துணிவு கொண்டாய். எவ்வுயிரானாலும் காமம், பசி, உறக்கம் என்ற மூன்று ஆதாரத் தேவைகளையும் தணித்துக் கொள்ளும்போது, ஊறு செய்பவர் நரகத்திற்கே செல்வர். பத்தினியானவள் பர்த்தாவிற்கு ஏற்றாற்போல் இராது, ஏறுமாறாக நடந்தால், கூறாமல் சன்னியாசம் கொள் என்பர் பெரியோர். நான் உன்னிடம் இத்தனை நாள் கொண்டிருந்த அன்பினால் வெளிப்படையாகக் கூறிவிட்டு கிரஹஸ்தாஸ்ரமத்திலிருந்து வெளியேறுகிறேன். இனி உன்னோடு வாழ்தல் என்னாலாகாது."

"ஸ்வாமி, எறும்பு கடித்ததற்கு அறுவை சிகிச்சை செய்வதுபோல என் சிறு பிழைக்கு இத்தனை பெரிய தண்டனை விதிக்கலாகாது. நமது திருமணத்திற்கான மூல காரணமே தங்கள் குலம் தழைக்கவும், எங்கள் குலம் காக்கவும் ஒரு புத்திரன் வேண்டும் என்பதுதான் அல்லவா? அந்த நோக்கம் இன்னமும் நிறைவேறா நிலையில், நீங்கள் என்னைப் பிரிந்தால் உங்கள் முன்னோரும், என் தமையனும் வருந்துவார்களே? மைந்தன் இல்லாது இல்லறம் துறப்பவரின் புண்ணியபலன்கள் சல்லடையில் நீர் போல வீணாகும் என்கின்றன சாத்திரங்கள்."

மனைவியின் வார்த்தைகளால் சற்று சினம் குறைந்தாலும், அதற்குள்ளாக எழுந்து நின்றுவிட்டிருந்த முனிவர் வாயிலை நோக்கி நகர்ந்தவாறே பேசினார்.

"நாகினியே, என் வார்த்தைகளை நான் மீட்டுக் கொள்வதில்லை. இல்லறம் துறப்பது என்ற என் முடிவு மாறாது. ஆனால், நம் திருமணம் வீணாகவில்லை. என் குல வித்து உன் வயிற்றில் வளர ஆரம்பித்து விட்டது. வருந்தாதே. நீ விரைந்து உன் தமையனிடம் சென்று சேர்." என்று சொல்லியபடியே அந்த இல்லத்திலிருந்து வெளியேறினார்.

மூங்கில் குருத்துகளை நிலம் வரை இழுத்து வைத்தாலும் விட்டவுடன் அந்தக் களை மீண்டும் துரிதமாக நிமிர்வதைப் போல ஜரத்காரு முனிவரும், தனது யாயாவரர் குலத்துக்கே உரிய ஒரிரவு மட்டுமே ஒரிடத்தில் தங்கும் நியமத்திற்கே மீண்டார்.

கண்ணீர் வழிய வெகுநேரம் அமர்ந்திருந்த ஜரத்காருவிற்கு இனி அந்த இல்லத்தில் காத்திருந்து எதுவும் ஆகப்போவதில்லை என்று புரிந்தது. வெளியே அந்தி இருண்டு முதிர்ந்து கொண்டிருந்தது. ஒரு நாக கன்னிகைக்கு வெளியில் விரிந்திருக்கும் இருள் ஒன்றும் அச்சமூட்டும் விஷயமல்ல. ஆனாலும், உடனே வாசுகியிடம் செல்ல வேண்டுமென்று அவளுக்குத் தோன்றவில்லை. கால்கள் மரத்துப் போவது போல் தோன்றியதால், அவற்றை நீட்டிக் கொண்டு மீண்டும் சுவரில் சாய்ந்து உட்கார்ந்து கொண்டாள்.

ஒளியும், இருளும், அறிவும், அறியாமையும், அன்பும், வெறுப்பும், பேரானந்தமும், துன்பமும், வலிமையும், பலவீனமும், தெளிவும், மனக்குழப்பமும் எல்லாம் ஒன்றே என்று அறியமுடியாது போனால் ஆன்ம வல்லமை என்பதற்குப் பொருள்தான் என்ன? கூரையேறி குக்குடத்தைப் பிடித்து வர முடியாதவனா வானமேறி வைகுண்டம் சென்றுவிட முடியும்? செல்லுமிடத்து சினம் காக்கும் சிறு பொறை கூட இல்லாத இம்முனிவர் அடையவிருக்கும் ஆன்ம விடுதலை என்னவாக இருக்கும் என்று எண்ணியபோது, அத்தனை துயரத்திற்கு நடுவிலும் அவள் இதழ்களில் சிறு புன்னகை நெளிந்தது. மெல்ல மெல்ல அவளது கண்ணீர் ஓய்ந்தது. இரவு நேரக் காற்றில் குளிரும், உப்பு வீச்சமும் அதிகரித்திருந்தன.

"ஜரத்காரு" வாயிலிலிருந்து சீறலென கேட்டது வாசுகியின் குரல். எப்போதும் அவரது கண்கள் தன் இல்லத்தைக் கவனித்துக் கொண்டே இருப்பதை அறிந்திருந்தாள். இன்றும் அந்திப் பொழுதில் ஏற்றப்படும் விளக்குகளின் இன்மையை உணர்ந்தே அவர் வந்திருக்கக் கூடும் என்று நினைத்தாள். எழுந்து நின்று அவரை வரவேற்கும் மன, உடல் நிலையில் அவள் இல்லை என்பதை உணர்ந்தவராக அவரே உள்ளே நுழைந்தார்.

அவளருகில் வந்து நின்று "ஜரத்காரு" என மீண்டும் அழைத்தார்.

"அண்ணா, ஒரு வேண்டுகோள். என்னை இனி அப்பெயரால் அழைக்காதீர்கள். அன்னை எனக்கு இட்ட மற்றொரு பெயரான மானசா என்றே என்னை அழையுங்கள் போதும்."

"சரியம்மா. என்னதான் நடந்தது? முனிவர் நம் வனத்தை விட்டு வெளியேறுவதைக் காவலர்கள் கண்டனராம். உன்னுடன் ஏதேனும் பிணக்கு கொண்டாரோ?"

"அண்ணா, அதையெல்லாம் இப்போது பேசிப் பயனில்லை. அவர் இனி திரும்ப மாட்டார்."

"முன்கோபியான அவரைப் பின் தொடர்ந்து சென்று சமாதானம் செய்யவும் அச்சமாக இருக்கிறது. ஏற்கனவே அன்னையின் சாபம் குலமழிக்கக் காத்திருக்கையில் மீண்டும் இவரையும் பகைத்துக் கொள்ள மனம் துணியவில்லை.

தங்காய், என்னை விடவும் அதிகத் துயரில் மூழ்கியிருக்கும் உன்னிடம் நான் இப்படிக் கேட்பது தகாதுதான். ஆனாலும், நம் முன்னிருக்கும் இக்கட்டு மிகவும் பெரியதென்பதால் என்னைப் பொறுத்தருள்க. அந்த முனிவருக்கும் உனக்கும் பிறக்கும் மகன் மட்டுமே நம்மைக் காக்க முடியும் என்பது பிரம்ம வாக்கு. திரும்பப் பெற முடியாதபடி அந்த முனிவரை இழந்து விட்டோம் என்று நீ சொல்கிறாய். இப்போது நீ அவரால் கர்ப்பம் தரித்திருக்கிறாயா? உன்னால் எதையேனும் உணர முடிகிறதா?"

கைத்த புன்னகையுடன் மானசா தலையசைத்தாள்.

"நானாக உணர்வது மட்டுமில்லை. அவரிடமும் அது குறித்துக் கேட்டேன். அவரும் உனக்கு குழந்தை உண்டாகியிருக்கிறான் என்று உறுதிப்படுத்திவிட்டார். எனவே கவலை வேண்டாம் அண்ணா"

மலர்ந்த முகத்துடன் வாசுகி அவளைக் கையைப்பற்றித் தூக்கி எழுப்பி நிறுத்தினார்.

"இனி நீ இங்கு தனித்திருக்க வேண்டாம். நம் வீட்டில் எப்போதும் போல அரசியென வாழ்ந்து வரலாம். உன் வயிற்றில் பிறக்கும் மகன் நம்மனைவருக்குமே கண்ணின் மணி போன்றவன். அவனைச் சிறப்பாக வளர்த்தெடுப்போம், வா"

தமையனின் பின்னால் சோர்வாக நடந்து வெளி வந்த மானசா, திரும்பி அந்த இல்லத்தைப் பார்த்தாள்.

"அண்ணா"

நடந்து கொண்டிருந்த வாசுகி திரும்பிக் கேட்டார் "என்னம்மா?"

"இந்த இல்லத்தை எரித்து விடுங்கள், உடனடியாக" சொன்னதோடு இதற்கு மேல் நகர மாட்டேன் என்பதைப் போல் பிடிவாதமாக அங்கேயே நின்றுவிட்டாள்.

அவளது கோரிக்கையைக் கேட்டு வியந்தாலும், இனி அவள் சொல்லுக்கு மறு வார்த்தை சொல்லுவதில்லை என்று மனதுக்குள் பிரதிக்ஞை எடுத்திருந்தபடியால் உடனே தலையசைத்தார். அடுத்த சில நிமிடங்களில் நாகர்கள் சிலர், எண்ணெய்க் கொப்பரைகளோடும், தீப்பந்தத்தோடும் அங்கு வந்தனர். அந்த இல்லம் கொழுந்துவிட்டெரிவதைக் கண்ணாரக் கண்ட பின்னரே, மானசா அங்கிருந்து அகன்று தமையனின் இல்லத்திற்குள் நுழைந்தாள்.

9

கர்ப்பகாலம் முழுமையும் மானசா மீண்டும் தன் இல்லம் விட்டு அதிகம் வெளி வராதவளாகவே இருந்தாள். ஆனால், தினமும் காலையில் புற்றுக் கோவிலுக்குச் சென்று பால் வார்த்து வழிபடவும், அருகிலிருக்கும் தங்கள் அன்னை கத்ருவின் பிரதிமைக்கு வணக்கம் செலுத்தவும் மட்டும் தவறவில்லை. திருமணத்திற்கு முன்பிருந்ததற்கும் இப்போதைக்குமான ஒரே வேறுபாடு அந்த நேரத்தில் பிறர் நடமாட்டம் எதுவும் தடை செய்யப்பட்டிருக்கவில்லை.

நேதள சுந்தரி அவளுக்கு அணுக்கப் பணிவிடைகளைப் புரிந்தாலும்கூட வாசுகி மேலும் பல பணிப் பெண்களையும், மருத்துவ தாதிகளையும் அவளைச் சுற்றிலும் அமர்த்தியிருந்தார். உண்மையில் முனிவரான ஜரத்காருவிற்கும் சரி, தன் தமையனுக்கும் சரி, தன் உடல் சமையலுக்கான மண் கலம் போன்றது. அதனுள் வேகும் அப்பமான மைந்தன் மட்டுமே அவர்களின் தேவையே தவிர, தன் உடலோ மனமோ அவர்களுக்கு ஒரு பொருட்டே இல்லை என்று தோன்றியது. தமையனாகிப் போனதால் வாசுகி சற்று கூடுதல் அன்போடும் பொறுப்போடும் இருக்கிறார், அவ்வளவுதான். பெருமூச்சோடு மஞ்சத்தில் புரண்டு படுத்த மானசா, அடிவயிற்றில் சுரீரென ஒரு வலியை உணர்ந்தாள். அடுத்த நொடியே தான்

உணர்ந்தது பொய்யோவெனும்படி இயல்பாக இருந்தது அவளது வயிறு. கனத்த வயிற்றைத் தாங்குவதற்காக இன்னொரு தலையணையை இழுத்து அதனடியில் வைத்தாள். மீண்டும் கண்களை மூடிக் கொண்டு தூங்க முயன்றாள்.

இம்மகவைச் சுமக்கும் கருவறையும், அவன் பிறந்த பின் அவனுக்கு அமுதூட்டவென்று உன்னித்தெழுந்திருக்கும் இத்தட முலைகளும் மட்டும்தான் நானா? இவையிரண்டுமே இடையில் வந்து, இடையிலேயே விடைபெற்றும் செல்லவிருப்பவைதானே? பதின் பருவத்தில் சிறு குமிழென இருந்த முலைக் காம்புகள் மெல்ல மெல்ல முகிழ்த்தெழுந்த விந்தை நினைவிருந்தது. வயிற்றுனுள்ளே மூடிய கைப்பிடியென சுருண்டிருந்த கருவறையும் விரிந்து செயலாற்ற ஆரம்பித்தது. அதனால் என்ன? மத்திம வயது கடந்த பின்னர், இவையிரண்டும் செயலற்றுப் போய்விடப் போகின்றன. எனவே என் அடையாளமாக அவை மட்டும் அமைய முடியாது.

தாயின் கரு முட்டைக்குள் அணுவென உயிர் கொண்ட காலம் முதல் இவ்வுடற் கூட்டுக்குள் இருக்கும் ஐம்பருக்களும் அவ்வவற்றின் அனாதிப் பெருவெளியோடு கலந்துவிடும் காலம் வரை நான் எனும் தன்னுணர்வொன்று இருக்கிறதே, அதுவல்லவா நான்? அது எங்கிருந்து வந்து எங்கே போகிறது எனும் பெரும்பயணத்தின் பொருளைத்தானே நான் அறிந்தாக வேண்டும்.

உண்டு, உறங்கி, உயிர்த்து, முயங்கி, உயிர்ப்பித்து, பின் மாயும் லௌகீகமான வாழ்வில் செய்யும் செயல்கள் எல்லாம் கர்மம். மனித குலத்தின் ஆன்மீகமான வெற்றியென்பது தான் தானெனத் துள்ளும், தளும்பும் மனதின் அலைகளை அடக்கித் தன்னையறிதல் மட்டுமே. அதுவே யோகம். இம்மகவை ஈன்று புறந்தரும் செயலாகிய கர்மத்தின் பின்னால் எனக்கான யோகத்தைத் தேட வாய்க்குமா?

அடுத்தடுத்து சீரான இடைவெளிகளில் வயிற்றில் வெட்டுக்களைப் போல விழுந்த வலித் தாக்குதல்கள் அவளைத் துயில விடவில்லை. வலிகளுக்கு இடையிலான இடைவெளி குறுகி வருவதைப் புரிந்து கொண்ட மானசா, தன் மகன் இந்த உலகிற்கு வரும் நேரம் நெருங்கிவிட்டதை உணர்ந்தவளாக "நேதளாஆஆஆ" என்று கூவினாள்.

ஈற்றறையின் வாயிலில் நின்றிருந்த வாசுகியின் காதில் குழந்தையின் அழுகுரல் கேட்டது. பல காலம் பசித்தலைந்தவனுக்கு

உணவு மணம் போல, கோடையில் நா வறண்ட நடை பயணிக்கு நீரோடையின் ஒலி போல ஒலித்த அந்த அழுகுரலைக் கேட்டு வாசுகி மனம் நெகிழ்ந்தார். பாற்கடல் கடைந்த பொழுதில் அமுத கலசத்தோடு தன்வந்திரி வெளிவந்தபோது, தேவர்களும் அசுரர்களும் அடைந்த குதூகலத்தை நினைவு கூர்ந்தார் வாசுகி.

அருகிலிருந்த ஏலாபத்திரன் "குமரக் கடவுளுக்கு உரிய விசாக விண்மீன் திகழும் நாள் இன்று. இம்மைந்தன் ஐயத்திற்கிடமின்றி ஞானவான் ஆவான் அண்ணா." என்றான்.

"ஆம், இவன் மூலம் நம் குலமே பெருந்தந்தையான பிரம்மனின் ஆசிகளை அடைந்துவிட்டோம் என்றே தோன்றுகிறது. இக்ஷுமதியின் கரையில் இருக்கும் தட்சகனுக்கு இந்த இனிய செய்தியை அறிவித்துவிடுவோம்."

"அண்ணா, அவசரம் வேண்டாம். ஏற்கனவே தட்சகன் கர்வி. தடைகளையெல்லாம் கடந்து பரீட்சித்தை கொன்றதாலும், புரந்திரனின் நட்பைச் சம்பாதித்திருப்பதாலும் அவனது ஆணவம் மிகுந்துள்ளது. இப்போது அன்னையின் சாபத்திற்கும் விமோசனம் தருபவன் பிறந்து விட்டான் என்று தெரிந்தால், அவனது ஆணவம் கட்டற்றதாகிவிடும். இன்னும் என்னவெல்லாம் செய்து வைப்பானோ தெரியாது. அவன் செய்யும் அனைத்து தீங்குகளுக்கும் நீங்கள்தான் பிராயச்சித்தங்களைக் கண்டு பிடிக்க வேண்டியிருக்கும். இப்போதைக்கு இங்கு மானசாவிற்கு புதல்வன் பிறந்திருக்கும் தகவலை வெளியில் யாருக்கும் சொல்ல வேண்டாம் என்பது என் எண்ணம்."

வழக்கம் போல தீர்க்கமான சிந்தனையுடன், தொலைநோக்குப் பார்வையுடன் வாதங்களை வைத்த ஏலாபத்திரனைப் பார்க்கையில் வாசுகிக்குப் பெருமையாக இருந்தது.

"நீ சொல்வதும் சரிதான். தட்சகனின் இயல்புக்கு இச்செய்தி தெரிந்தால் வாளாவிருக்க மாட்டான். இப்போதைக்கு அவனுக்கு நாமாகச் செய்தியைச் சொல்ல வேண்டியதில்லை."

உள்ளிருந்து வந்த தாதி, வாசுகியை மானசா பார்க்க விரும்புவதாகச் சொன்னாள். மகிழ்வோடு அறைக்குள் நுழைந்தார் வாசுகி. அவரது கைகளில் மரவுரிச் சுருளுக்குள் பொதிந்த சிசுவைத் தந்தாள் இன்னொரு தாதி. அச்சுருளுக்குள் மைந்தன் உமிக்குள் வைத்த கங்கு போல நீறிக் கொண்டிருந்தான். தாதியின் கையிலிருந்தபோதே அவனை வாங்கினால் கைகள் சுடும் என்பது போன்ற ஓர் எண்ணம்

அவரையறியாமல் வந்திருந்தது. அதனாலேயே சற்று தயக்கத்துடன் மகவைக் கையில் வாங்கினார். ஈற்றறையின் இருளுக்குள்ளும் சுடர்ந்து கொண்டிருந்த மைந்தனைப் பார்க்கையிலேயே அவரது அகம் நிறைந்தது.

"சேய் நெய் தொட்டு வையுங்கள் அரசே" என்றபடி தாலமொன்றில் தங்கக் கிண்ணத்தில் குழைத்த ஐந்தமுதை வைத்து நீட்டினாள் முதிய தாதி ஒருத்தி.

மைந்தனிருந்த மரவுரிச் சுருளை இடக்கையால் உடலோடு சேர்த்துப் பற்றிக் கொண்டு, தனது முத்திரைக் கணையாழியைக் கழற்றிய வாசுகி, வலக் கையால் அதனை ஐந்தமுதில் முக்கி எடுத்துக் குழந்தையின் நாக்கில் வைத்தார். மின்னலென நெளிந்த மைந்தனின் நாக்கு இனிப்பைச் சுவைத்துவிட்டு மீண்டும் கேட்பதுபோல் வெளி நீண்டது. வாசுகியும், தாதியும் அவ்விரைவைப் பார்த்து புன்னகைத்தனர். வாசுகி மீண்டும் கொஞ்சம் ஐந்தமுதைத் தொட்டு ஊட்ட அதையும் உண்டான் மைந்தன். ஆழியைத் திரும்ப விரலில் அணிந்து கொண்டு குழந்தையையும் தாதியிடம் நீட்டினார். இனிப்பைச் சுவைத்துக் கொண்டிருந்த குழந்தை, கை மாறுவதை எதிர்ப்பதுபோல சிணுங்கி அழ ஆரம்பித்தான்.

"மாமனின் கையிலிருந்து வர மருகனுக்கு விருப்பமில்லை போல" என்று நகையாடியபடியே தாதி குழந்தையைத் தூக்கிக் கொண்டு அப்பால் சென்றார்.

மஞ்சத்தில் அயர்ந்து படுத்திருந்த மானசாவை மீண்டும் பார்த்தார் வாசுகி. கணவனோடு வாழ்ந்த இல்லத்தை தீக்கிரையாக்கிவிட்டு, அண்ணனின் இல்லத்திற்கே மீண்ட நாளுக்குப் பின் மானசாவின் பேச்சு மிகவும் குறைந்துவிட்டிருந்தது. கன்னியாக இருந்தபோதிருந்த உற்சாகமும், கலகலப்பும் முனி பத்தினியானபோதே குறைந்துவிட்டிருந்தது. எந்நேரமும் கணவரின் நலம் நாடி, இல் பேணுவதிலேயே கவனம் முழுமையும் குவிந்திருந்தமையால் அமைதியாகிவிட்டாள் என்று நினைத்திருந்தார் வாசுகி.

கருக்கொண்டு, இல்லம் மீண்டவள் முற்றிலும் வேறொருத்தியோ என்று எண்ணுமளவு அமைதியில் ஆழ்ந்திருந்தாள். மீண்டும் நேதள சுந்தரியையே அணுக்கச் சேடியாகக் கொண்டுவந்து வைத்தபோதும், அவள் விரும்பும் செயல்கள் எல்லாவற்றையும் செய்தபோதும் அவள் வாயிலிருந்து வார்த்தைகள் எதுவும் வெளிவரக் காணோம். இப்போது பிள்ளை பிறந்ததிலாவது மகிழ்ந்து, சிறிதேனும்

இளகுவாளெனில் நன்று என்று நினைத்தார் வாசுகி. மஞ்சத்தில் தளர்வுற்றுப் படுத்திருந்த மானசாவை நோக்கி, "இவனே இனி நம் குலவிளக்கு" என்று நெகிழ்வான குரலில் சொன்னார். அவ்வார்த்தைகள் அவளிடம் எந்த விளைவையும் தரவில்லை என்று கண்டு நீள் மூச்சுடன் "மானசா, குழந்தைக்கு என்ன பெயர் சூட்டலாம் என்று ஏதேனும் எண்ணியிருக்கிறாயா அம்மா?"

"அதைப் பற்றிச் சொல்லத்தான் உங்களை அழைத்தேன் அண்ணா. குழந்தை இருக்கிறதா என்று கேட்டதற்கு அம்முனிவர் இருக்கிறது என்று பொருள் பட அஸ்தி என்றார். மைந்தனைப் பற்றி முதலும் கடைசியுமாக தந்தை சொன்ன அந்த ஒற்றை வார்த்தையே அவனுக்கான பெயராக அமையட்டும் அண்ணா. ஆஸ்திகன் என்றே அவனுக்குப் பெயரிடுவோம்."

கணவரின் பெயரை நினைவு படுத்துவதாலேயே தனது பெயரைத் துறந்தவள், மைந்தனுக்கு மட்டும் அவர் சொன்ன சொல்லைக் கொண்டே பெயரிடக் கேட்பது விசித்திரமாகப் பட்டது வாசுகிக்கு. ஆனாலும், எண்ணத்தை வெளிக்காட்டிக் கொள்ளாமல், "அப்படியே செய்வோம் அம்மா. நன்கு உண்டு, உறங்கி உன் உடல் நலனைப் பேணிக் கொள். மைந்தனின் எதிர்காலத்திற்கு நான் பொறுப்பு. வருகிறேன்." என்றுரைத்துவிட்டு அறையை விட்டு வெளியேறினார் வாசுகி.

பிறவியிலேயே பெரும் கடமைகளோடு பிறப்பவர்களின் நிலை ஒரு விதத்தில் பரிதாபத்திற்குரியது. அவர்களிடம் வருபவர்கள் அனைவரும் எதையோ கோருபவர்களாகவே இருப்பர். எனவே, அவர்கள் தத்தமது அன்னையரிடமன்றி வேறெங்கும் கலப்பற்ற நேயத்தை ருசிக்கவே இயலாது. அதனால்தானோ என்னவோ மானசாவின் மனதிலூறிய அத்தனை அன்பிற்கும் ஒரே கொள்கலனாக ஆஸ்திகனே மாறிப் போனான்.

அடுமனையில் மும்முரமாக சமையலில் ஈடுபட்டிருந்தாள் மானசா. மெல்லிய அழுகையொலியும், கூடவே நேதளாவின் குரலும் கேட்டது. விறகினை வெளியே இழுத்து, தீயைச் சற்று தணித்துவிட்டு, கைகளை மரவுரியால் துடைத்துக் கொண்டே வெளியில் வந்து பார்த்தாள்.

அழும் ஆஸ்திகளை அணைத்துத் தோளில் சாய்த்துக் கொண்டே நேதளாதான் பேசியபடி உள்ளே வந்து கொண்டிருந்தாள்.

"என் கண்ணல்லவா, அழாதேயடா தங்கம். உன் மாமன் வரட்டும், அந்த அற்பர்களை ஒரு வழி செய்திடுவோம். இனி நீ மன்றுக்குச் சென்று விளையாட வேண்டாம். இங்கே முற்றத்திலேயே விளையாடு. உன்னிடம் அணுசரணையாக இருக்கும் நண்பர்களை மட்டும் இங்கே நான் வரவழைக்கிறேன், சரியா?"

"அவ்வளவு சிரமப்படுவானேன்? பேசாமல் இல்லத்தினுள்ளேயே உள்ளறை ஒன்றில் விளையாட வையேன். அவனுக்கு மிக மிக அணுசரணையாக விளையாடும் ஆள் என்றால் அது நீயாக மட்டும்தான் இருக்க முடியும். இருவருமாய் உள்ளறைக்குள்ளேயே அம்மானை, கழற்சிக்காய் என ஏதேனும் விளையாடுகிறீர்களா?" என்ற மானசாவின் குரலின் சூடு உரைக்க நேதளா பார்வையை இவள் பக்கம் திருப்பினாள்.

என்னதான் பணிப்பெண்ணாக வந்தவள் என்ற போதும், மானசாவின் ஒரே தோழி என்ற உரிமையையும் காட்டத்தவறுபவள் அல்ல. எஜமானியின் குத்தல் பேச்சுக்கெல்லாம் அஞ்சாமல் கண்ணோடு கண் நோக்கியபடி நின்றாள்.

"என்ன நடந்ததெனத் தெரியாமல் பேச வேண்டாம் தேவி. நான் செல்லும்போது அந்த பூர்ணன், சலன், காலவேகன், காலதந்தகன் ஆகிய நான்கு பதர்களும் நம் மைந்தனைச் சூழ்ந்து நின்று தாக்கிக் கொண்டிருந்தனர்."

"ஆமாம், இது பெரிய போர்க்களமல்லவா? வியூகம் அமைத்து நின்று தாக்கினர் போலும். சிறு பிள்ளைகளின் பூசலுக்கு ஏனடி இவ்வளவு சினம் கொள்கிறாய்?"

"பாருங்கள், குழந்தையின் நாசியிலிருந்து குருதி வருகிறது. நீங்களானால் பதற்றமில்லாமல் பேசுகிறீர்களே?"

மைந்தனின் தலையை வருடிய மானசா, தன்னை மீட்டுக் கொண்டு "முதலில் புழுக்கடைக்கு அழைத்துச் சென்று உடல் கழுவி அழைத்து வா. பெரிய காயம் ஒன்றும் இருக்காது. பிள்ளைகளின் களிப் பூசலுக்கெல்லாம் பெரியவர்கள் தலையிடுவது அறிவின்மை. யாரேனும் கேட்டால் சிரிப்பார்கள்" என்றாள்.

எப்போதுமே நீரின் தொடுகை சுகமானது. துயர், களைப்பு, துயில், மயக்கம் என எல்லாவற்றையும் தெளிவிப்பது. அது தந்த புத்துணர்ச்சியோடு உள் நுழைந்த ஆஸ்திகன், சண்டையிட்டதையோ அடிவாங்கியதையோ மறந்து, உணவு பற்றிப் பேச ஆரம்பித்தான். அவனோடு பேசிக் கொண்டே மீண்டும் சமையலைத் தொடர்ந்தாள் மானசா. நேதளா, நிழல் போல சுற்று வேலைகளைச் செய்து கொடுக்க, உணவு தயாரானது.

என்னதான் பேசிக் கொண்டிருந்தாலும்கூட ஆஸ்திகனின் மெல்லிய உடல் அவ்வப்போது கேவல்களால் அதிர்ந்து கொண்டுதான் இருந்தது. அதை உணர்ந்தாலும் கவனிக்காதது போல பணிகளில் ஈடுபட்டாள் மானசா.

இரவு உணவிற்குப் பின்னர் குடிலின் வாயிலில் பாய் விரித்து அமர்ந்தபடி மகனுக்கு கதை சொல்வது அவளது வழக்கம். கதையைக் கேட்டுக் கொண்டே அவளது மடியிலேயே பல நாட்கள் அவன் துயின்று விடுவான். நேதளா, அவனை மெல்லத் தூக்கிவந்து படுக்கையில் கிடத்துவாள்.

பாயை விரித்து அமர்ந்த மானசாவிடம், "இன்று எனக்கு மிகப் பெரிய கதை சொல்ல வேண்டும் அம்மா" என்று செல்லச் சிணுங்கலுடன் வந்தமர்ந்தான் ஆஸ்திகன்.

"தினமுமே நான் உனக்குப் பெரிய கதைகளைத்தான் சொல்கிறேன், நீதான் பாதியில் உறங்கிவிடுகிறாய். அதற்கு நானென்ன செய்யட்டும்?"

"இன்று நிச்சயம் தூங்க மாட்டேன். உங்கள் மடியில் படுத்தால்தான் தூங்கிவிடுகிறேன். எனவே சற்று தள்ளி உட்கார்ந்து கொள்கிறேன். கதையைச் சொல்லுங்கள்" என்றபடி அன்னையின் நேரெதிராக சற்றுத் தள்ளி அமர்ந்து கொண்டான் ஆஸ்திகன்.

"அங்கே பார்" என்றபடி வானில் வடதிசையில் ஒளிவிடும் துருவ நட்சத்திரத்தைக் கையால் சுட்டிக் காட்டினாள் மானசா.

ஆஸ்திகனும் அண்ணாந்து வானில் தாய் காட்டிய திசையில் பார்த்தான்.

"இப்பிரபஞ்சத்தில் எது மாறினாலும், தான் நிலை மாறாத தன்மையுடன் அங்கே ஒளிர்ந்து கொண்டிருக்கும் நட்சத்திரம்தான் துருவன். அவன் கதையைத்தான் இன்று உனக்குச் சொல்லப் போகிறேன். அந்தத் துருவ நட்சத்திரத்தின் அருகில் மற்றொரு சிறிய நட்சத்திரம் தெரிகிறது, பார். அது அவன் தாய் சுநீதி. கண்ணுக்கெட்டிய தூரம் வரை கரையே இல்லாத சமுத்திரத்தில் பயணிப்பவர் தொடங்கி, கானகத்தில் வழி தொலைத்தவர் வரை அனைவருக்கும் வழிகாட்டுபவனையும், அவனை ஈன்றெடுத்தவளையும் பற்றிய கதை இது."

விண்மீன்களின் கதையைத் தெரிந்து கொள்ளும் ஆவலில் ஆஸ்திகன் கவனம் குவித்தான்.

"ஸ்வாயம்பு மனுவின் புதல்வரான உத்தானபாதன் எனும் அரசனுக்கு இரண்டு மனைவியர். சுநீதி மூத்த மனைவி. சுருசி இளையவள். சுநீதியின் மகனது பெயர்தான் துருவன். சுருசியின் மகன் பெயர் உத்தமன்.

மைந்தர்கள் வளரத் துவங்கிய பின்னர், உத்தானபாதன் மூத்தவளை வெறுக்கவும், ஒதுக்கவும் தொடங்கினான். இளையவளான சுருசியையும், அவள் மைந்தன் உத்தமனையும் மட்டுமே தன் மனதுக்கு இனியவர்களாகக் கொண்டிருந்தான்.

துருவனையும், சுநீதியையும் சந்திப்பதையேகூட உத்தானபாதன் விரும்பவில்லை. மன்னன் எவ்வழி மக்களும் அவ்வழி அல்லவா?

சுநீதி மூத்தவளாக இருந்தபோதும் அரசவையிலும் சுருசியின் செல்வாக்கே நிலைபெற்றிருந்தது. அந்தப்புரத்தின் அறை ஒன்றே சுநீதிக்கும், துருவனுக்குமான உலகமாக சுருங்கி விட்டிருந்தது. சுநீதி, தன் நிலையைத் தாண்டி எதையும் கோராதவளாக, சூழ்ச்சிகள் அறியாதவளாக, வருவதனைத்தையும் முன்வினைப் பயன் என்று கருதி ஏற்றுக் கொள்ளும் பக்குவம் கொண்ட மனத்தவளாக இருந்தாள். எவர் மீதும் பழி தூற்றாமல், தன் மகனை கையணைப்புக்குள்ளாகவே வைத்து வளர்த்து வந்தாள்.

சிந்தை திரளாத சிறு வயதில் கிடைத்த தந்தையின் தொடுகையும், பரிவும் துருவனுக்குள்ளே எங்கோ ஆழுள்ளத்தில் அழுத்தி வைக்கப்பட்டிருந்தது. அந்தத் தொடுகைக்கும், ஆதுரத்திற்குமாக ஏங்கத் தொடங்கிய துருவன், ஒரு நாள் அன்னை அறியாமல் அறையிலிருந்து வெளியேறினான். விளக்குகளால் ஒளிர்ந்த கூடம் அவனை ஈர்க்க, எங்கு செல்கிறோம் என்று அறியாமலே அரசவையை வந்தடைந்தான்.

அந்தப்புரத்திலிருந்து அரசவைக்குள் நுழையும் இடைநாழியில் காவல் அதிகமில்லை. அங்கிருந்த சேடியரும் அரசவையில் நடந்து கொண்டிருந்த நடன நிகழ்வில் ஒன்றி, மைந்தன் உள் நுழைவதைக் கவனிக்காது விட்டனர்.

அவையின் மையத்திலிருந்த இரு மேடைகளில் ஒன்றில் ஆடற் பெண்டிர் மின்னல் வெட்டி வீசுவது போல் வளைந்தாடிக் கொண்டிருந்தனர். மத்தளம், கிணை, குழல், யாழ் என கருவிகளை இசைப்போரும், வாய்ப்பாட்டு பாடுபவரும் துணைசெய்ய, மாயக்காட்சி போல நடனமாடினர்.

இன்னொரு மேடையில் அரியணையில் அரசனும், அரசியும் வீற்றிருந்தனர். அரசகுமாரன் எனும் உரிமையுடன் உத்தானபாதனின் மடியில் அமர்ந்திருந்தான் உத்தமன். வலக்கை விரல்களை வாயிலிட்டுக் கொண்டும், இடக்கையால் தந்தையின் மார்பிலாடிய மணி மாலைகளைப் பிடித்து இழுத்துக் கொண்டும், பாடலின் விரைவுக்கேற்ப முன்னும் பின்னுமாக ஆடியபடியும் இருந்த உத்தமனைப் பார்த்த துருவனுக்கும் தந்தையின் மடியில் அமர வேண்டும் என்ற ஆவல் ஊறியது.

மென்டை நடந்து சென்ற குழந்தை, அரச மேடையில் ஏறிய பிறகே அவனை ஏவலரும், சேடியரும் கண்டனர். அதற்குள் அவையினரின் கண் படுமிடத்திற்குச் சென்று விட்டான் துருவன். என்னதான் செல்வாக்கில்லாத அரசியின் மைந்தன் என்றாலும், அரச

ரத்தம் என்பதால் பொதுமன்றில் அவனைத் தடுக்க யாருக்கும் துணிவில்லை.

அரசனும் அரசியும் இன்னமும் ஆடலிலேயே ஆழ்ந்திருக்க, மெல்ல தந்தையினருகில் சென்ற துருவன், அரசனின் தொடையில் கையை வைத்தான். அப்போதுதான் குனிந்து மைந்தனைப் பார்த்த உத்தானபாதனோ அதிர்ந்தான். குழந்தையை முன்னால் அனுப்பிவிட்டு சுநீதிதான் ஆழும் பார்க்கிறாளோ என்ற பதைப்போடு அவையைக் கண்களால் துழாவினான்.

அவன் மறுப்பேதும் சொல்லாததால் துணிவு பெற்ற துருவன், தானும் மடியிலமர எண்ணி கைகளை அழுத்தி உந்தி மடியிலேறினான். இன்னொருவன் தனது இடத்தில் பங்கு கொள்ள வருவதை விரும்பாத உத்தமன், சிணுங்கினான். அப்போதுதான் சுருசி திரும்பிப் பார்த்தாள். நடப்பதை ஒரு நொடியில் உய்த்துணர்ந்தவள் அரசவை என்பதையும் பொருட்படுத்தாது ஆங்காரத்தோடு துருவனை இழுத்துக் கீழே தள்ளினாள்."

"ஐயோ... பாவம் இல்லயா துருவன்?" பதறினான் கதையைக் கேட்டுக்கொண்டிருந்த ஆஸ்திகன். அவன் மனதிற்குள் மாலையில் விளையாட்டு மன்றில் தனக்கு நடந்த இழிவு நினைவுக்கு வந்திருக்க வேண்டும். கேட்கும்போதே குழந்தையின் கண் கலங்கி, உடல் துடித்தது.

"பாவம்தான். ஆனால், உலகம் அப்படித்தான் அமைக்கப்பட்டிருக்கிறது மகனே. வல்லோர் வகுத்ததே வாய்க்கால். நமக்கு நீதி வேண்டுமானால், நாமும் வல்லோனாக வேண்டும் என்பதைத் தவிர வேறு வழியில்லையடா குழந்தாய். கல்வியும், தவமும், நோன்புகளுமே நம்மை வல்லவராக்கும். குறுக்கிடாமல் கதையைக் கேள்" என்றபடி மீண்டும் கதையைத் தொடர்ந்தாள் மானசா. மகனின் பதற்றத்தைத் தணிக்க அவனை வாரித் தன் மடி மீது அமர்த்திக் கொள்ளவும் தவறவில்லை.

11

எப்போதுமே இரண்டாமிடத்தில் இருக்க நேர்பவர்களின் நிலை பரிதாபத்துக்குரியது. அதுவும் அவர்களுக்குத் தானிருக்கும் இடத்தை உளமாற ஏற்றுக் கொண்டு, வாழும் பக்குவம் இல்லாது போய்விட்டால், உள்ளம் நொதிப்பதைத் தடுக்கவே முடியாது. சுருசி, உத்தானபாதனுக்கு இரண்டாவது மனைவியாக வந்தவள். எல்லைப்புரத்து நகரான கீர்மபுரித் தலைவரின் மகள் அவள். சுநீதியோ நாட்டின் பெரும்பான்மையினரான சவர் குடியைச் சேர்ந்தவள். உத்தானபாதனுக்கு பட்டமகிஷியாக அமர்ந்து ஓர் ஆண் வாரிசையும் பெற்றெடுத்திருந்த பெருமைகளுக்குச் சொந்தக்காரி.

ஒரு முறை எல்லைப்புரத்துக் காவல் நிலவரங்களைப் பார்வையிட வந்த உத்தானபாதன் சுருசியின் மேல் கொண்ட சபலம், மிக மெல்லிய சலனம்தான். ஆனால், அதையே பற்றுக் கோலாகக் கொண்டு, அவளை இளைய அரசியாக்கும் சாமர்த்தியம் அவள் தந்தை கலேஸ்வரருக்கு இருந்தது. அந்தப் புள்ளியிலிருந்து வளர்வதற்கான வித்தைகள் அவர் மகளுக்குக் கைவந்திருந்தது.

புது மணமகளாக அரண்மனைக்குள் நுழைந்தபோது அவளுக்கு கண்ணேறு கழித்து, மங்கலக் குறியிட்டு உள்ளே அழைத்துக் கொண்ட சுநீதியிடம் கண்ட நிமிர்வு ஆரம்பத்தில் அவளை

மிரள வைத்தது. சுநீதி நல்லவளாக வாழ்வது மட்டுமே போதும் என்றெண்ணியிருந்தாள். அதனால் நல்லவளாகக் காட்டிக் கொள்ள வேண்டியதன் அவசியம் அவளுக்குத் துளியும் புரிந்திருக்கவில்லை. இதை சில நாட்களிலேயே உணர்ந்து கொண்டாள் சுருசி.

அந்த விரிசலுக்குள் நுழைவதன் வழியாகவே தான் எண்ணுவதை அடைய முடியும் என்று புரிந்து கொண்டு காய் நகர்த்தத் துவங்கினாள். மெல்ல மெல்ல சுநீதியின் செயல்களை எல்லாம் அலட்சியமென்றும், அன்பற்ற தன்மை என்றும் உத்தானபாதனுக்கு படும்படி செய்தாள். அருகிலேயே தன்னை தன்னலமற்றவளாக, அவனது காதலுக்காக கசிந்துருகுபவளாக எடுத்து வைக்கத் துவங்கினாள். இதோ சில வருடங்களாக அரசவையில் அரியணையில் அருகமரவும் துவங்கியாயிற்று. தானே பட்டத்தரசி, தன் மகன் உத்தமனே பட்டத்துக்குரிய வாரிசு என்ற நிலையை சாமர்த்தியமாக உருவாக்கி வைத்திருக்கிறாள்.

இந்நிலையில், திடீரென துருவன் தன் எல்லைக் கோட்டைத் தாண்டி அரசனின் அருகில் வந்ததை அவளால் தாங்கிக் கொள்ள முடியவில்லை. சுநீதி மனைவியான போதும் வேற்று மனுஷி. மைந்தனோ சொந்தக் குருதியில் முளைத்தவன் என்பதால் அவனிடம் அரசனுக்கு பற்று உருவாகிவிட்டால், தன் மனக்கோட்டைகள் அத்தனையும் மண்ணாகிவிடும் என்ற பதற்றத்தில் அன்று வரை தான் உருவாக்கி வைத்திருந்த அன்புத் திருவுரு எனும் முகமூடி கழன்று விழுவதையும் எண்ணாமல் துருவனை நெட்டித் தள்ளிவிட்டாள்.

சில நொடிகளுக்குள் அவளுக்குள்ளிருந்த மதியூகி கண்விழித்துக் கொண்டாள். ஓரக்கண்ணால் அரசனின் எதிர்வினையைப் பார்த்தவள். அவனுக்கு இந்த நிகழ்வு சினமேற்படுத்தவில்லை என்பதைக் கண்டு ஆறுதல் கொண்டாள். இதே கணத்தில் துருவனின் ஆர்வத்தையும், நம்பிக்கைகளையும் வேரோடு பெயர்த்தெடுத்துவிட வேண்டும் என்று முடிவு கட்டிக் கொண்டவளாக சினத்தை வெளிப்படையாகவே காட்டினாள்.

"உன்னையும், உன் தாயையும் போன்ற அன்பற்றவர்களுக்கு அரச போகம் மட்டும் எதற்காக? எந்த உரிமையில் உன்னை இங்கு அனுப்பினாள் உன் தாய்? உன் தகுதிக்கு ஏற்ற விஷயங்களுக்கு மட்டுமே நீ ஆசைப்பட வேண்டும். போ.. போய் உன் உணர்ச்சியற்ற தாயையே கட்டிக் கொண்டு அழு" என்று அழுத்தமான குரலில்

சொல்லியவாறே துருவனின் பிஞ்சுக் கரங்களைப் பற்றி தரதரவென இழுத்து, அரச மேடையிலிருந்து கீழே தள்ளினாள். அந்தப்புர வாயிலருகே அதிர்ச்சியோடு உறைந்திருந்த தாதியரைப் பார்த்து தீவிழி விழித்தபடி "இந்த இழிபிறவியைக் கொண்டு போய் அவன் தாயின் மடியில் தள்ளுங்கள்." என்றாள்.

சேடியர் ஓடி வந்து துருவனைப் பற்றித் தூக்கிக் கொண்டனர். அவர்கள் அந்தப்புரத்தை நோக்கிச் செல்லும் வாயிலுக்குள் சென்றதும், எதுவுமே நிகழாததுபோல சுருசி மீண்டு வந்து தன் இடத்தில் அமர்ந்து கொண்டாள். உத்தானபாதனோ நடந்த நிகழ்வுகள் எதையுமே உணராததுபோல உணர்ச்சி துடைத்த முகத்துடன் இருந்தான்.

அரச மேடையில் நடந்த இந்த நாடகத்தினால் ஆட்ட மேடையில் நடனமும் பாடலும் ஓய்ந்துவிட்டிருந்தன. இப்போது அவ்வாடல் மீண்டும் துவங்கட்டும் என சுருசி சைகையில் தெரிவித்தாள்.

கதறியபடி ஓடி வந்து தன் மடியில் முகம் புதைத்துக் கொண்ட துருவனின் தலையை வருடியபடி அமர்ந்திருந்தாள் சுநீதி. மைந்தனைக் காணவில்லை என்றுமே இது போன்ற ஏதேனும் ஒரு அவமதிப்பை விரைவில் எதிர்பார்த்தாள்தான். ஆனால், அவையில் நடந்தவற்றைப் பற்றி சேடியர் மூலம் அவள் காதுக்கு வந்த தகவல்களில் அரசனின் செய்கையற்ற தன்மைதான் அவளை மிகவும் உலுக்கியது.

ஒருவனுக்குப் பிறக்கக்கூடிய பன்னிருவகை புத்திரர்களில் யாரையுமே அவன் கைவிடக் கூடாது என்பது தொல்நூல்கள் வகுத்துரைக்கும் அறம். அப்படியிருக்கையில், முறையாக மணந்து பெற்ற தலை மைந்தனுக்கு இப்படியோர் அவமதிப்பை அரசரால் எப்படி வழங்க முடிந்தது என்று மலைத்தவளுக்கு, அதன் காரணம் தன் முன்வினைப் பயன் என்றே தோன்றியது.

இயல்பிலேயே பிறரிடம் குற்றம் காணும் பண்பற்ற சுநீதியின் மனம், அந்த அவல நிலையிலும் யாரையும் பழிக்கவோ தூற்றவோ எண்ணவில்லை. அழுகை ஓய்ந்து தூங்கிவிட்ட மைந்தனை மஞ்சத்தில் நேராகப் படுக்க வைத்தாள்.

அதிர்ச்சியாலும், அழுகையாலும் ஏற்பட்ட தளர்ச்சியால் உறக்கத்தில் விழுந்தாலும் துருவனால் நீண்டநேரம் தூங்க முடியவில்லை. துயிலிலிருந்து எழும்போதே கேள்விகளுடன் எழுந்தவன் அன்னையை ஏறிட்டு நோக்கினான்.

"நான் தந்தையின் மடியில் அமரும் தகுதியற்றவன் என்று இளைய அன்னை சொன்னாரம்மா. அதற்கு வேண்டிய தகுதிதான் என்ன?" என்று நேரடியாகக் கேள்வியை வீசினான்.

"தகுதியென்பது, இருவகையில் அமையும். முன்வினைப் பயனால் நேரும் பிறவித் தகுதிகள் ஒருபுறம். கல்வி, நோன்பு போன்றவற்றால் நாமே ஈட்டிக் கொள்ளும் தகுதிகள் இன்னொரு புறம். இரண்டாம் வகைத் தகுதிகளைப் பெறும் பிராயம் உனக்கு எட்டவில்லை என்பதால், அவள் சொன்னது முதல் வகைத் தகுதி பற்றியே."

"எனில் நான் உத்தானபாதனின் குருதியில்லை என்று எண்ணுகிறார்களா?"

"அப்படியிருக்க வாய்ப்பில்லை. நான் என் முன்வினைப் பயனால் என் கணவரின் மதிப்பையும், காதலையும் இழந்தேன். என் வயிற்றில் பிறந்ததன் பயனாக, நீயும் தந்தையின் அண்மையைக் கோர முடியாதவன் ஆனாய்."

"அவ்வினைப் பயனை அறுப்பது எப்படி?"

"தவமே வினைப்பயனை அறுக்கும் வழி மைந்தா."

"எனில் நான் தவம் செய்வேன்."

"நிச்சயம் செய்யலாம். உனக்கு அதற்குரிய அகவை வரட்டும் மைந்தா. குருகுலம் சென்று கல்வி கற்றுத் தேறிய பின்னர், வனத்திற்குச் சென்று தவம் புரியலாம்."

"இல்லை அம்மா. என் இழிநிலைக்கு காரணியை அறிந்த பின்னரும் அதை நீக்காமல் உண்டு, உறங்கி, சிற்றில், சிறுபறை, சிறுதேர் என சின்னஞ்சிறு செய்கைகளில் உழன்று வாழ முடியாது. நான் கானேகுகிறேன். தவம் செய்து என் வினைப்பயன் அழித்து மீள்வேன்."

தானறியாத வேளையில், ஒளிவாக அறையிலிருந்து வெளியேறிய மகனல்ல அவையிலிருந்து மீண்டு வந்திருப்பவன் என்பதை உள்ளூர உணர்ந்திருந்தாள் சுநீதி. கானகம் என்பதன் பொருளையே சரியாக அறியாதவன் என்பதால், அவனைத் தடுக்கும் வகையறியாது தடுமாறினாள்.

அந்தச் சில கணங்களுக்குள் மாளிகையிலிருந்து விரைந்து வெளியேறினான் துருவன். தன் வாழ்வின் பொருள் அவன் மட்டுமே என்று உறுதியாக எண்ணிய அவளும் துருவனைப் பின் தொடர்ந்தாள்.

பல காத தூரம் நடந்து, யமுனா நதிக் கரையிலிருக்கும் மதுவனத்தின் ஓர் ஆலமரத்தினடியில் சென்றமர்ந்து தவத்தில் ஆழ்ந்தான் துருவன். அவனருகில் அவன் கண்களில் பட்டாலும், கருத்தினில் படாதவளாக அமர்ந்திருந்தாள் சுநீதி. உலகின் ஆதிமூலத்தை துருவனும், தன் உலகின் ஒரே ஒளியான துருவனை சுநீதியும் தங்கள் மனதில் நிறுத்தினர். அவரவர் குறிக்கோளையன்றி வேறெதையும் சிந்தியாத மோன நிலையை விரைவில் அடைந்தனர்.

சுநீதி, தேடிக் கொண்டு வந்து வைக்கும் பழங்களை எப்போதேனும் மைந்தன் எடுத்துப் புசிப்பான். அவளும் அன்று மட்டும் சில பழங்களை உண்ணுவாள். நாட்கள் செல்லச் செல்ல, கனிகளை உண்பதும் குறைந்து போனது. தவம் தொடங்கிய பின்னர், ஒன்பதாம் பட்சத்திலிருந்து நீரையும் அருந்த மறந்தான்.

ஐந்தாம் மாதம் முதிர்ந்தபோது பரம்பொருளின் சிந்தை அவன்பால் இரங்கியது. துருவனின் முன் வந்தார், காக்கும் கடவுளாகிய மாலவன். சிந்தைக்குள்ளே தன்னைக் குவித்திருந்த துருவன் புறவுலகில் உருவெடுத்து வந்து நின்ற பரம்பொருளையும் கண்விழித்துப் பார்க்கவில்லை. அவரே தனது பாஞ்சஜன்யமெனும் வலம்புரிச் சங்கின் முனையால் துருவனின் மேனி தொடக் கண்விழித்தான் மைந்தன்.

தந்தை, இளைய அன்னை, இளையோன் ஆகியோரைச் சுற்றி நிகழ்ந்த நினைவுகள் எல்லாம் சிறுத்துத் துளியாகி, அவனது மனவெளியின் எல்லை நீங்கிவிட்டிருந்தன. எதன் பொருட்டு தான் தவத்தில் அமர்ந்தோம் என்றோ, தனக்கு ஏதேனும் வேண்டும் என்றோ சிந்திக்கும் நிலைகளை எல்லாம் தாண்டி விட்டிருந்த துருவன், வரமென எதையும் கேட்கும் தேவையே இல்லாதவனாக நின்றிருந்தான்.

உலகம் தோன்றிய நாள் முதலாக, தன்னை நோக்கி வரும் உயிர்கள் அனைத்தும் ஏதேனும் கோரிக்கையோடு வருவதையே கண்டிருந்த ஊழி முதல்வனுக்கு, முதன் முறையாக வேண்டுவது ஏதுமற்ற நிறை உள்ளத்தைக் கண்டதில் உவகை ஊறியது. அதற்கு முன்னும் பின்னும் யாருக்கும் அளித்திராத பதவியை அவனுக்கு அளித்திட எண்ணினார்.

விண்மீன் மண்டலத்தில் எஞ்ஞான்றும் நிலை பெயராது நின்றொளிரும் பேற்றினை அவனுக்கு அருளினார். அன்று முதல் துருவனை முன்னிட்டே வானியல் அறிவுப் புலம் இயங்கலாயிற்று. அவனமர்ந்த துருவபதத்தில் அவனருகில் மற்றொரு ஒளிர் விண்மீனாக அமர்ந்தாள் அவன் தாய் சுநீதி.

+++

கதையை மானசா சொல்லி முடித்தபோது, வழக்கம்போல ஆஸ்திகன் உறங்கிவிட்டிருப்பதைக் கண்டு தனக்குள் புன்னகைத்துக் கொண்டாள். சற்றுத் தொலைவில் அமர்ந்திருந்த நேதளா, வந்து குழந்தையைத் தூக்கிக் கொள்ள, குருதியோட்டம் நின்று விட்டிருந்த கால்களை நீட்டி மடக்கிச் சமநிலைக்குக் கொண்டு வந்தாள் மானசா. மெல்ல எழுந்து வாயிலருகே வருவதற்குள்ளாக நேதளா, மைந்தனைப் பாயில் படுக்க வைத்துவிட்டு, அடுமனைக்குச் செல்வது தெரிந்தது.

தானும் மைந்தனருகில் படுத்துத் துயில வேண்டியதுதான் என்று எண்ணியபடி பாயை நோக்கிச் சென்றவள், மீண்டும் தனக்குள் சிரித்துக் கொண்டாள். கையில் தூபக் கரண்டியோடு வந்து கொண்டிருந்தாள் நேதளா. கனலில் வேம்பும், வெண்கடுகும் இட்டு அப்புகையை உறங்கும் மைந்தர் மீது செலுத்தினால் தீநோக்குகள் அகலும் என்ற அவளது நம்பிக்கையைக் குலைக்க விரும்பாமல் அவள் தூபமிட்டு முடித்துச் செல்லும் வரை காத்திருந்தாள்.

நேதளா தூபக் கரண்டியை புழக்கடையில் வைத்துவிட்டு கதவுகளை அடைத்து நாதங்கி இடும் ஒலி கேட்கும்போது தானும் நன்கு துயிலில் ஆழ்ந்துவிட்டிருந்தாள்.

நெய்தலங்கானலில் அந்தக் கூடாரங்களின் வரிசை அமைந்திருந்தது. மையத்தில் இருந்த அரவரசன் வாசுகியின் குடிலில் ஐந்து தலை நாகம் கொண்ட காவிக் கொடி பறந்தது. கூடாரத் தொகையிலிருந்து சற்றுத் தள்ளியிருந்த யவன மாளிகைகள் சிலவற்றில் பசுமஞ்சள் நிறங்கொண்ட அன்னக்கொடி ஏற்றப்பட்டிருந்தது. எப்பொழுதில், எவர் வரினும் இல்லை எனாது அன்னக் கொடை நடக்கும் என்பதற்கான அறிவிப்பு அது.

நகரிலிருந்து முப்புறமும் பிரிந்து செல்லும் அரச நெடும்பாதைகள் எங்கும் அரைக் காத தூரத்திற்கு ஒன்றென நீர்ப்பந்தல்கள் நிறுவியிருந்தனர். பெரிய மண் கலயங்களில் பனை வெல்லம், புளி, சுக்கு, திப்பிலி, ஏலக்காய் இட்டுக் கலக்கிய பானகம், நீர்க்கக் கரைத்த மோர் போன்றவை விளாவி வைக்கப்பட்டிருக்கும். பயணிகள் யார் வேண்டுமானாலும் பந்தலில் இளைப்பாறி, வேண்டியமட்டும் பானங்கள் அருந்தி, விடாய் தணித்துச் செல்லலாம்.

இவையாவும் வேணு வனத்தின் நாகர்களின் அறக்கொடைகள் என்பதை அறிவிக்கும் விதமாக அவர்களின் நாகக் கொடி பந்தலின் மேல் பறந்தாலும், அங்கு உபசரிக்கும் ஏவலாட்கள் நாகர்களாக இருப்பதில்லை. சோணாட்டுக் குடிகளிலேயே சிலருக்குக் கூலி கொடுத்து

இப்பந்தல்களில் பொறுப்பாளராக நிறுத்துவர். பயணியர் அச்சமின்றி அணுக வேண்டும் என்பதற்காகவே இந்த ஏற்பாடு.

முந்தைய நாள் நள்ளிரவிலேயே நாகர்கள் அனைவரும் கடற்கரைக்கு வந்து சேர்ந்துவிட்டிருந்தனர். கூடாரங்களை அமைத்து, முடித்தபோது இரவின் கடைச் சாமம் தொடங்கியது. குழந்தைகளையும், அவர்களைப் பார்த்துக் கொள்ளும் செவிலியரையும் தவிர்த்த அனைவரும் கிளம்பி சங்கமத் துறைக்குச் சென்றனர். கதிரவன் வானில் முகிழ்த்து வருவதற்கு முந்தைய அலரவன் பொழுதிலேயே பூசனைகளை முடித்துவிட வேண்டும் என்பது நெறி.

பதினான்கு அகவை கடந்த அனைவருமே இந்த நீத்தார் கடன் பூசனைகளில் ஈடுபட வேண்டும் என்பதால், சிறு குழந்தைகளை மட்டும் செவிலியர் பொறுப்பில் விட்டுவிட்டு ஆண்களும் பெண்களும் சங்கமத் துறையில் குழுமியிருந்தனர். குடி மூத்தார் வழிகாட்ட அனைவரும் நீரிலிறங்கி நின்று நீத்தாருக்குரிய பூசனைகளை ஆற்றத் துவங்கினர். மந்திரங்களைச் சொல்லியபடி பாலையும், மலர்களையும் ஓடும் நீரில் சேர்த்த பின்னர் மும்முறை மூழ்கிக் கரையேறினர்.

நனைந்த துகில்போல் எடையேறியவர்களாய் தலைகுனிந்து, ஓசையின்றித் தங்கள் கூடாரங்களுக்கு மீண்டனர். நீத்தார் கடன் தீர்க்கும் இருபத்தோரு நாட்களுக்கும் அவர்கள் உப்பில்லாத உணவை உண்டு நோன்பு கொள்ள வேண்டும். முதியவர்கள் ஓய்வெடுக்க, இளையோர் கூடாரங்களுக்கு அப்பாலிருந்த வெட்டவெளியில் அடுப்புக்கூட்டி, பத்திய உணவு சமைத்தனர்.

குழந்தைகள் அந்தச் சுவையற்ற உணவை உண்ண முடியாது என்பதோடு அவர்கள் நோன்பு கொள்ளத் தேவையுமில்லை. அன்னையர் மட்டும் யவன மாளிகைகளுக்குச் சென்று அங்கு அன்னக் கொடைக்கென தயாராகும் உணவை எடுத்து வந்து குழவிகளுக்கு ஊட்டுவர்.

நேதளா, சமையலில் ஈடுபட்டிருந்தாள். மானசா, பிற அன்னையருடன் இணைந்து உணவு பெற்று வர யவன மாளிகைக்குச் சென்றிருந்தாள். அவர்கள் மாளிகையின் புழக்கடை வழியாக நேரே அடுமனைக்கே சென்றுவிட்டனர். பனங்குடையில் பொதிந்த நறு நெய் மணக்கும் பருப்புக் குழம்பு ஊற்றிய சுடு சோற்றைப் பெற்றுக்கொண்டு வெளிவந்தனர்.

அன்னக்கொடி பறக்கும் மாளிகைக் கூடங்களில் வாழை இலைகள் விரித்திட்டு, அறுசுவை உண்டி பரிமாறப்பட்டது. உண்டு முடித்தவர்களுக்கு மாளிகையின் பொறுப்பாளர்கள் பனையோலை விசிறி, மிதியடி போன்ற பொருட்களையும் தாம்பூலத்தோடு வழங்கினர். எல்லாவற்றையும் பெற்றுக்கொண்டு முற்றத்தில் போடப்பட்டிருந்த பந்தலில் அமர்ந்து தாம்பூலம் தரித்துக் கொள்ளும்போதே அவர்களின் கண்கள் துயிலில் சொக்கத் துவங்கின.

அவர்களுள்ளும் துயில் வசப்படாத சிலர் அலர் பேசிக் கொண்டிருந்தனர். அவற்றைத் துண்டு துண்டாக காதில் வாங்கியபடியே நாகினியர் சோற்றுப் பொதிகளோடு தங்கள் கூடாரங்களுக்குத் திரும்பினர். கூடாரத் தொகை நெருங்கியதும் அதுவரை அடக்கி வைத்திருந்த சினத்தை மானசாவிடம் கொட்டத் துவங்கினர்.

"தேவி, நீங்கள் ஏன் இவ்வளவு பொறுமையாக வரவேண்டும் என்று எங்களுக்குப் புரியவில்லை. அவர்கள் பேசிக் கொண்டதெல்லாம் உங்கள் காதிலும் விழுந்ததுதானே?"

தனக்குள் ஆழ்ந்தவளாக நடந்து கொண்டிருந்த மானசா, கேள்வியால் உலுக்கப்பட்டு, மீண்டு வந்தாள்.

"எதைப் பற்றிச் சொல்கிறீர்கள்?"

ஆளாளுக்கு முண்டியயடித்து பதில் சொல்லத் துவங்கினர்.

"நாம் கொடையளிக்கும் உணவையே உண்டுவிட்டு, நம்மைப் பற்றியே அலர் பேசிக் கொண்டிருந்த அந்த இழிபிறவிகளைப் பற்றித்தான்"

"நாக நச்சால் உயிர்ப்பலி கொள்ளும் பாவத்தைப் போக்கிக் கொள்ளவே, வருடந்தோறும் அன்னக்கொடையும், நீர்ப்பந்தல்களும் நடத்துகிறோமாம்."

"காண்டவ வனத்தில் உயிர் நீத்த நம் குலத்தவரின் ஆன்ம சாந்திக்காக நாம் செய்யும் இந்தக் கொடைகளைப் பழிக்க இவர்களுக்கு எத்தனை சிறுமதி இருக்க வேண்டும்?"

"பழி நீக்குவதற்காக அளிக்கும் அன்னம் என்பதால், இதை உண்ட பாவத்தைக் கழிக்க அவர்கள் நோன்பு கொள்ள வேண்டுமாம்."

"இவர்களின் பேச்சையெல்லாம் நீங்கள்தான் அரசரிடம் சொல்லி, அவர்களுக்குத் தக்க தண்டனை பெற்றுத்தர வேண்டும்."

அனைவரும் பொருமி முடிக்கும் வரை அமைதியாகக் கேட்டுக் கொண்டிருந்த மானசா அவர்களை அமைதிப்படுத்தும் அழகியதொரு புன்னகையைச் சிந்தினாள்.

"கையிலிருக்கும் சோறு சூடாறி, சுவை குன்றுவதற்குள் குழந்தைகளுக்குக் கொடுத்துவிட வேண்டுமல்லவா? வாருங்கள், முதலில் பசியாற்றும் வேலையைப் பார்ப்போம். அதன் பிறகு பழி வாங்குவதைப் பார்க்கலாம்"

அவளது வார்த்தைக்குக் கட்டுப்பட்ட பிற நாகினியர் அனைவரும் தலையசைத்துவிட்டுப் தத்தமது மைந்தரைத் தேடிப் போயினர். மானசாவும் கூடாரத்திற்குள் நுழைந்தாள். ஆஸ்திகளை தனது மடியில் வைத்துக் கொஞ்சிக் கொண்டிருந்த வாசுகி, அவளை தலையசைத்து வரவேற்றார்.

"வரும்போது ஏதேனும் சச்சரவா மானசா? உன்னுடன் வந்தவர்களின் குரல் சற்று உரத்துக் கேட்டதே?"

அவர் அருகே அமர்ந்து ஆஸ்திகனுக்கு சோறு ஊட்டியபடியே மானசா பதிலுரைத்தாள்.

"அன்னக் கொடை பெற்றவர்கள் அப்பந்தலிலேயே அமர்ந்தபடி நம்மை பழித்துரைத்துக் கொண்டிருந்தனர். அது என்னுடன் வந்த அன்னையரைச் சீற்றம் கொள்ள வைத்துவிட்டது. அதுதான் சற்று உரத்துப் பேசினர்"

"நீ என்ன சமாதானம் சொன்னாய்?"

"ஒன்றும் சொல்லவில்லை. மைந்தரின் பசியை நினைவூட்டியதும், பழியை மறந்துவிட்டனர்" என்று சொல்லிப் புன்னகைத்தாள்.

"நன்று" என்றுரைத்தார் வாசுகி.

இவர்களின் உரையாடலைக் கேட்டபடியே உள் நுழைந்த நேதளாவை, அந்தப் புன்னகை எரிச்சலூட்டியது.

"எப்படித்தான் நீங்களிருவரும் நகைத்துக் கொள்கிறீர்களோ தெரியவில்லை. இந்தப் பெண்கள் எல்லோரும் நன்றியறிதலோடுதான் வாழ்கிறார்களா என்ன? இப்போது இம்மானிடர் நம் கொடைத் தன்மையைப் புரிந்து கொள்ளாது புறம் பேசுகிறார்கள் என்று புலம்பும் இந்த மாலினியும், திரியையும் சின்னாட்களுக்கு முன் என்ன செய்தார்கள்? நம் மைந்தனை அவர்களின் மைந்தர் அடித்தபோது பார்த்துக் கொண்டு வாளாவிருந்தனர். நான்

அவர்களைச் சினந்தபோது, நாகனும் அல்லாத, அந்தணனும் அல்லாத சிறுவனை எம் பிள்ளைகள் விளையாட்டில் சேர்த்துக் கொண்டதே பெரிது என்றார்கள். அப்படி வேற்று இனத்தில் நீங்கள் மணம் செய்து கொண்டதே நாகர் குலம் காக்கத்தான் என்ற நன்றியுணர்வு இவர்களுக்கு ஏன் இல்லை?"

"இன்னமுமாடி உனக்கு அந்தச் சினம் ஆறவில்லை?" வியப்புடன் கேட்டாள் மானசா.

"ஆஸ்திகன் அன்று முழுவதும் தேம்பிக் கொண்டே இருந்ததைப் பார்த்த பிறகும், உங்களுக்கு எப்படிச் சினம் ஊறவில்லை என்று எனக்குக் கூடத்தான் வியப்பாக உள்ளது"

"ஆரியரோ, திராவிடரோ, நாகரோ எவராயினும், மனிதர்கள் அடிப்படையில் மிகவும் தனிமையானவர்கள் நேதளா. சுயநலம் மிக்கவர்கள். அன்பர்கள் என்றும், குடும்பம் என்றும், குலம் என்றும், இனம் என்றும், தேசமென்றும் சேர்ந்து கொள்வதெல்லாம் மேல் மனதில்தான். அதெல்லாமே கூட்டுச் சுயநலத்தின் வெவ்வேறு முகங்கள்தான். எல்லோரும் எதிராளியிடம் தென்படும் வேற்றுமையையைத்தான் முதலில் பார்ப்பர். மயிரிழையளவு வேறுபாடிருந்தாலும் அதைத் தொட்டெடுத்துப் பெருக்கி, அதைக் கொண்டே எதிரியை வரையரை செய்து கொள்வர். சேர்ந்திருந்தால் லாபமென்றால் நாம் ஒரே இனத்தவரல்லவா, ஒரே நாட்டவரல்லவா என்றெல்லாம் சொல்லிக் கொள்ளும் அதேநேரம், சிறு பிளவு வந்தாலும் பிறரது குறைகளை, வேற்றுமையைச் சொல்லிக் காட்டாதிருக்க மாட்டார்கள். அப்படியெல்லாம் வேற்றுமை பாராட்டாது உலகம் முழுமையும் பிரம்ம வடிவுதானென்று உணர்ந்துவிட்டால் அனைவரும் யோகியராகிவிட மாட்டாராடி?"

"உங்கள் விளக்கமெல்லாம் எனக்குப் புரியவில்லையம்மா. சிறு குழந்தையை அடித்துப் புடைப்பதும், எள்ளிச் சிரிப்பதும் நற்பண்புகள் அல்லவென்கிற அளவுக்குத்தான் என் அறிவு. அதுவே போதும் எனக்கு" என்றபடி சினம் குன்றாமலே உள்ளே சென்றாள் நேதளா.

சில நொடிகளுக்கு அவளைப் புன்னகையுடன் பார்த்திருந்துவிட்டு, மீண்டும் மகனுக்கு சோறூட்ட முனைந்தாள்.

"அன்னையே இந்தக் கடற்புரத்து இல்லத்திலேயே நாம் இருந்துவிட்டால் என்ன?"

"இது இல்லமல்ல கண்ணே, தற்காலிகமாகத் தங்குவதற்கான கூடாரம். இன்னும் சிறிது நாட்களுக்குப் பிறகு, நாம் இல்லம் மீளத்தான் வேண்டும்."

"நாம் ஏன் இங்கு வந்து தங்கியிருக்கிறோம்?"

"நம் குலத்தில் நடந்த பேரழிவில் வெந்து கருகிய உயிர்களுக்கு நிறைவளிப்பதற்காக நோன்பு கொண்டிருக்கிறோம் மகனே. அதன் ஒரு பகுதியாகத்தான் இந்த அன்னக் கொடை, நீர்ப் பந்தல்கள் போன்ற அறங்களைச் செய்கிறோம். இனியும் செய்வோம்"

"இன்னும் எத்தனை நாள் இங்கிருப்போம் அம்மா?"

"கதிரவன் சைத்ர மாத பரணி நட்சத்திரத்தின் மூன்றாம் பாதத்திலிருந்து கார்த்திகை நட்சத்திரம் வரை சஞ்சரிக்கும் 21 நாட்களும் நாம் இங்கிருப்போம்."

"பேரழிவென்றால் என்ன அம்மா?"

அதற்குள்ளாக சோறூட்டி முடித்திருந்த மானசா, "இன்றிரவு பாணர்கள் அந்தக் கதையைத் தான் சொல்லப் போகிறார்கள், அப்போது கேட்கலாம், சரியா" என்றபடி எழுந்தாள்.

பொதுவாக, நோன்புக் காலங்களில் செய்வதற்கு அதிக வேலைகள் இருக்காது. கூட்டுச் சமையல் என்பதால் உணவுக்கான வேலைகளும் எளிதாக முடிந்துவிடும். நீளும் பொழுதைக் கொல்ல, பின் மதியம் முதலே இசைவாணர்கள் குழலும் யாழும் மீட்டியபடி, எளிய, இனிய பாடல்களைப் பாடுவார்கள். முன்னிரவுப் பொழுதோடு குழந்தைகளைத் தூங்க வைத்துவிட்டு, அதற்குப் பின் பெரியவர்கள் மட்டும் அமரும்போது தொல் குலக்கதைகளும், புராணங்களுமாகக் கதைப் பாடல்கள் விரியும். நோன்பின் துவக்க நாளான இன்றும், இறுதி நாளன்றும் கட்டாயமாக காண்டவ வன எரி நிகழ்வு கதையாக விரியும். அதற்குத்தான் ஆஸ்திகனை அழைத்துப் போவதாக மானசா தீர்மானித்திருந்தாள்.

"இச்சிறு குழந்தைக்கு அத்தனை பெரிய துயரக் கதையைச் சொல்லத்தான் வேணுமா அம்மா?" என்று குறுக்கிட்டார் வாசுகி.

"மற்ற குழந்தைகளைப் போல, துயரும், சூதும் அறியாமல் விளையாடிக் களித்து, இனிமையான இளமைப் பருவம் கொள்ள இவனுக்கு விதிக்கப்படவில்லை என்று உங்களுக்குத் தெரியாதா அண்ணா? குலக் கதைகளையும், நம்மை நிழலெனப் பின் தொடரும்

வஞ்சங்களையும் அறிந்து கொண்டே ஆக வேண்டியவன் தானே? அது இன்றே துவங்கட்டும்." என்றுரைத்துவிட்டு கூடாரத்திலிருந்து வெளியே சென்றாள் மானசா.

துயரமும், இருளும் பின்னியபடி அந்தி கவிந்தது. மன்றில் நாக குலத்துப் பாணர்கள் யாழும், பறையும் கொண்டு காண்ட வனத்தில் நடந்த கோரங்களை இசையெனும் சரட்டில் கோத்துப் படைத்தனர். நாக குல மகளிர் விம்மி அழுது விழி நீர் பெருக்கியபடியும், ஆடவர் குமுறும் நெஞ்சுடன் நீள் மூச்செறிந்தும் அக்கதைப் பாடலைக் கேட்டபடி அமர்ந்திருந்தனர். அவர்களின் நடுவே கதையைப் புரிந்தும், புரியாமலுமாகக் கேட்டபடி அமர்ந்திருந்த ஆஸ்திகனோ, மனதில் நிறைந்திருந்த கலக்கத்தினால் அன்னையை இறுக அணைத்தபடி அந்த உணர்வுச் சுழலில் அலைக்கழிந்தான்.

முன்னோர் வழி வந்த அஸ்தினபுரி எனும் தலைநகரை இழந்துவிட்டிருந்த பாண்டவர்கள், அதன் பழம் பெருமையை ஈடுகட்டியாக வேண்டிய கட்டாயத்திலிருந்தனர். 'நீங்கள் பாண்டுவின் புத்திரரான பாண்டவர் மட்டுமே, நாங்கள்தான் குருகுலத்தவர்' எனும் பொருள்பட கௌரவர் என்று சொல்லி மார்தட்டிக் கொள்ளும் பெரியப்பன் மக்களை விஞ்சும் புகழ் அவர்களுக்குத் தேவைப்பட்டது. அஸ்தினபுரியின் புராதனப் பெருமையை வெல்ல, புத்தம் புதியதான ஒரு தலைநகரை, கோட்டை கொத்தளங்களோடு மாடமாளிகைகளும்கூட கோபுரங்களும் கொண்டதாக அமைத்தே ஆகவேண்டிய கட்டாயத்தை ஐவரும் உணர்ந்திருந்திருந்தனர்.

அப்போதுதான் சுற்றத்தவர் அனைவரையும் பகைத்துக் கொண்டு, உற்ற நண்பனாகிய பார்த்தனுக்கு, தன் தங்கை சுபத்திரையை மணம் புரிந்து கொடுத்திருந்தார் வாசுதேவரான கிருஷ்ணர். வாரிசுரிமைச் சிக்கலில் என்றேனும் ஒரு நாள் பாண்டவரும் கௌரவரும் களம் கோப்பது உறுதி என்பதை அவரது அரசூழ் மதி என்றோ கணித்துவிட்டிருந்தது. பீஷ்மரும், விதுரரும் ஒவ்வொரு முறையும் ஏதேனும் செய்து உடன் குருதியினரின் போரைத் தள்ளிப்போட்டு வந்தாலும், அது தவிர்க்கவியலாத ஊழென்பதை அவர் அறிவார்.

அப்படிப் போர் மூளுகையில், தன் அத்தையான குந்தியின் மைந்தர்களுக்கு யாதவ குலத்தின் ஆதரவு அவசியம் தேவை. தமையன் பலராமரோ தன் தலை மாணவனாக துரியோதனனையே கொண்டாடிக் கொண்டிருந்தார். அவரையும் ஏதேனும் ஒருவிதத்தில் கௌந்தேயர்களுக்கு கடன்படச் செய்ய வேண்டும் என்பதற்காக அவர் வகுத்த உபாயமே, சுபத்திரை. அர்ஜுனன் திருமணம்.

மதுவனத்தின் தலைவரான சூரசேனருக்கு வசுதேவன் என்றொரு மகனும், பிருதை என்றொரு மகளும் உண்டு. பிருதையை மார்த்திகாவதியின் குந்திபோஜர் தத்தெடுத்துக் கொள்ள, அவள் குந்தி தேவியானாள். வசுதேவருக்கு மூத்த மனைவி ரோகிணி மூலம் பிறந்தவர்கள்தான் பலராமரும், சுபத்திரையும். இளைய மனைவியின் மகனாகிய கிருஷ்ணர் சுபத்திரையின் மூலமாக பாண்டவர்களின் அணியில் யாதவர்களைத் திரட்ட முயன்றார். தன்னை ஏமாற்றிவிட்டுத் தன் தங்கை அர்ஜுனனோடு உடன் போகியதை பலராமரால் தாங்கிக் கொள்ளவே முடியவில்லை. ஒரே வயிற்றில் பிறந்த தமையனான தன்னைவிடவும், மாற்றாந்தாயின் மகனான கிருஷ்ணனையே மனதிற்கு நெருக்கமானவனாகத் தங்கை எண்ணுவதும், அவனது வார்த்தைகளின்படியே வாழ்வை அமைத்துக் கொள்வதும் அவரது நெஞ்சைப் புண்ணாக்கியது. அவரது மனதுக்குள் அந்தக் காயம் ஆறாத வடுவானது. ஊர் மெச்சுதலுக்காகப் பெண்ணுக்குச் சீரெடுத்து வந்த யாதவர்கள் காண்டவப் பிரஸ்தம் ஏதோ ஒரு தொல்பழங்குடிகளின் சிற்றூர்போல இருக்கக் கண்டார்கள்.

சமந்த வீட்டவர்களான இவர்களைத் தங்கவைக்க அரண்மனை போதுமானதாக இல்லை. மரப்பட்டைக் கூரையிட்ட பாடி வீடுகளுக்குள் நுழையும்போதே பலராமருக்கும் வசுதேவருக்கும் கூசியது. சுபத்திரையின் மனம் நோக வேண்டாம் என்பதால், பெயருக்கு விருந்தாடிவிட்டு மதுராவுக்குத் திரும்பியிருந்தனர்.

இப்போது அர்ஜுனனுக்கு இருமுனையிலும் நெருக்கடி முற்றியது. ஒருபுறம் இணைக் குருதிகொண்ட துரியோதனாதியரை விஞ்சிக் காட்ட வேண்டிய அவசியம். இன்னொரு புறம் பெண் கொடுத்த மாமனார், மைத்துனரின் நன் மதிப்பைப் பெற்றாக வேண்டிய கட்டாயம். அதனாலேயே புதியதொரு நகரை நிர்மாணிக்கத் தகுந்த இடம் எதுவாக இருக்கக்கூடும் என்று எந்நேரமும் சிந்தித்தபடி இருந்தான்.

ஒருநாள் அர்ஜுனனும், கிருஷ்ணரும் அந்தரங்கமாகப் பேசிக் கொண்டிருக்கையில், ஓர் அந்தணர் அவர்களைச் சந்திக்கவென்று வந்தார்.

"துர்வாச முனிவரின் மாணவன் நான். என் பெயர் ஜாதவேதன். எனக்குரிய உணவை உங்கள் இருவரிடமும் யாசித்துப் பெற்றுக்கொள்ளச்சொன்னார் என் குருநாதர்."

"உங்கள் பசியாற்றுவது இனி என் பொறுப்பு" என்று பெருமிதமாய் வாக்களித்தான் அர்ஜுனன்.

இந்நாடகத்தை மௌனமாய்ப் பார்த்துக் கொண்டிருந்த கிருஷ்ணரோ புன்னகைத்தார். அவரது புன்னகையின் பொருள் புரியாமல் அர்ஜுனன் வியக்க, ஜாதவேதன் தன் சுய உருவுக்கு மாறி அக்னி தேவனாகக் காட்சியளித்தார்.

"தேவா, ஏனிந்த நாடகம்?" என்று வியப்புடன் கேட்டான் அர்ஜுனன்.

"என் பசி எதுவென்றும், நான் கேட்கும் உணவு எதுவென்றும் உன்னருகில் இருக்கும் உன் தோழர் அறிவார்." என்றபடி அக்னி, கிருஷ்ணரைப் பார்க்க, அவர் மாறாத புன்னகையுடன் தலையசைத்தார்.

"அர்ஜுனா, தேவர்களே ஆனாலும் அவர்களுக்குள் ஊடும் பாவுமாய் ஓடிக் கொண்டிருக்கும் பகையும் உண்டு. இந்திரனுக்கும் சூரியனுக்குமான பகையைப் போலவே யுகங்கள் தாண்டியும் தொடரும் ஒரு பகையே இவருடையதும். ஸ்வேதகி மன்னராலும், துர்வாச முனிவராலும் வேள்விக்கான ஆகுதியின் ஒரு பகுதியாக காண்டவவனம் அக்னி தேவனுக்கு அளிக்கப்பட்டது. ஆனால், அந்த வனத்தினுள் வாழும் நாகர் குலத்தலைவனான தட்சகனின் நெருங்கிய நண்பரான உன் தந்தை இந்திரன், அந்த வேள்வியை நிறைவுபெற அனுமதிக்கவில்லை. பல நூறு முறை ஸ்வேதகி மன்னரின் படையினர் வனத்திற்குத் தீயிட்ட போதும், இந்திரனின் கருணையால் மழை பெய்து அதனை அணைத்து விடுவதே வழக்கமாக, அவர்கள் ஓய்ந்து போய்விட்டனர்." என்றார் கிருஷ்ணர்.

"இப்போது அக்னி தேவன் சார்பாக நான் களமிறங்கினால் எனக்கு இரங்கி எந்தை அக்காட்டை கைவிடுவார் என்று எண்ணுகிறீர்களா?"

இக்கேள்விக்கு அக்னியே பதிலளித்தார்.

"நிச்சயம் இல்லை. உங்களுக்குள் போர் மூளக்கூடும். ஆனாலும் அவர், உன்னை அழிக்க ஒருபோதும் துணிய மாட்டார். உறவைக் கருதாது, சொல்லுக்காகவும் தன் முனைப்பிற்காகவும் போரிட இது உனக்கு ஒரு பயிற்சியாகவும் ஆகும். இப்போது காண்டவ வனவாசிகளும் முன்னைப்போல தீயை அணைக்க மழழையை மட்டும் நம்பி இருப்பதில்லை. அவர்களும் பலவிதமான தற்காப்பு அரண்களைச் செய்து வைத்திருக்கின்றனர். அவற்றைத் தாண்டி அவ்வனத்தை எரிப்பது உங்கள் இருவர் கூட்டணிக்கு மட்டுமே கைவரும். அவை என்னென்ன ஏற்பாடுகள் என்பதையும், அவற்றை உடைப்பதற்கான வியூகங்களையும் உன் தோழர் கிருஷ்ணரே உனக்கு உரைப்பார்." என்றார்.

அர்ஜுனனுக்கு ஆசி வழங்கிவிட்டு, வந்த வழியே வெளியேறினார் ஜாதவேதன் என்று தன்னைச் சொல்லிக் கொண்ட அக்னி தேவன். ஆழ்ந்த சிந்தனை வயப்பட்ட அர்ஜுனனின் தோளில் கை வைத்தார் கிருஷ்ணர்.

"பார்த்தா, இதில் தயங்குவதற்கு ஏதுமில்லை. அக்னிக்கு காண்டவவனத்தின் உயிர்த்தொகை ஆகுதியாவதில் உனக்கும் பல லாபங்கள் உண்டு. அந்த இடம் வெட்ட வெளியாகிவிட்டால், அங்கேயே நீங்கள் விரும்பும் வண்ணம் ஒரு மாபெரும் நகரை அமைக்கலாம். அஸ்தினபுரியை விட, ஏன் என் துவாரகையை விடவும்கூட அழகுடன் அந்நகரை வடிவமைப்பதன் மூலம், உங்கள் ஆட்சிச் சிறப்பை உலகுக்கும், உன் உற்றார் உறவினருக்கும் உணர்த்தலாம்." என்று புன்னகையோடு சொன்னார் கிருஷ்ணர்.

"அதெல்லாம் சரிதான். அஸ்தினபுரியிலிருந்து நமக்குப் பிரித்து அளிக்கப்பட்ட கருவூலச் செல்வமும், திரௌபதி கொண்டு வந்த சீதனமுமாக இன்று நம் கருவூலம் பெரிதெனத் தோன்றலாம். ஆனால், படை திரட்டி, வனத்தை முற்றுகையிட்டு அதனை அழிப்பதே ஒரு பெரும் செலவு. அதற்கு மேல் ஒரு புதுநகரக் கட்டுமானம் என்றால், அதன் பின் கருவூலமே ஒழிந்துவிடுமே"

"நண்ப, பிரம்மாண்டமான கட்டுமானங்கள் எல்லாமே மக்களுக்கு வியப்பையும், அரசர்களின் மீது மதிப்பையும் ஏற்படுத்தவே உருவாக்கப்படுகின்றன. நம் நாட்டு மக்களுக்கு ஏற்படும் வியப்பு, தங்கள் தாய்நாட்டின் மீதான பெருமிதமாக மாறும். மற்ற நாட்டு மக்களின் வியப்போ நம் மீதான அச்சமாக மாறும். இவ்விரு உணர்வு நிலைகளுமே போர்க்களங்களை நமக்குச் சாதகமாக

மாற்றும். எனவே, அப்படியொரு மாபெரும் நகரை அமைத்த பின்னர், நீ அஸ்வமேதக் குதிரையோடு இப்பாரதவர்ஷத்தில் இறங்கினால் ஐம்பத்தாறு தேசங்களையும் சோலையில் இறங்கி மலர் கொய்வதுபோல கொய்து வர முடியும். இப்படி எண்ணற்ற சாத்தியங்கள் இந்த ஓர் எரியூட்டலில் அடங்கியுள்ளன. துணிந்து இறங்கு."

"நாகர்களிடம் நமக்கு நேரடியாக எந்தப் பகையும் இல்லாதபோது, தேவையற்று இந்தச் சிக்கலில் கால் நுழைத்து விட்டோமோ என்று அச்சமாக உள்ளது கிருஷ்ணா. அவர் ஒரு சாதாரண அந்தணர் என்று நினைத்தே அவர் பசியைத் தீர்ப்பதாகச் சொன்னேன். இவ்வளவு சிக்கல்களுக்குள் இழுத்துவிடுமென்று நினைத்தேனில்லை. எல்லாமுணர்ந்த நீயேனும் என்னைத் தடுத்திருக்கலாகாதா?"

"இன்று உனக்கு நாகர்களிடம் நேரடியாகப் பகை எதுவும் இல்லாதிருக்கலாம். ஆனால், பின்னொரு காலத்தில் அவர்கள் உங்கள் தாயாதியரான கௌரவர்களின் பின்னால் அணிவகுக்க வாய்ப்புகள் அதிகம். தட்சகன் துரியோதனனின் மேல் அறுக்கவியலா பற்றுக் கொண்டவன்."

"அப்படியா? நாகர் குலத்தலைவனோடு துரியோதனன் நட்புப் பாராட்டும் விவரம் இதுவரை நானறியேன். இன்னமும் இந்திரப்பிரஸ்தத்திற்கு என தனிப்பட்ட ஒற்றர் வலையமைப்பு உருவாகவே இல்லை. இன்றைய நிலையில் நமக்கு விதுரரைத் தவிர வேறு நம்பகமானவர்கள் யாரும் அஸ்தினபுரியில் இல்லை. எனவே, அவர்களின் உறவு பற்றி எனக்கு எதுவும் தெரியாது."

"மிகச்சிறந்த ஒற்றர் படை இருந்திருந்தாலும்கூட இத்தகவல் உனக்குத் தெரிந்திருக்க வாய்ப்புகள் குறைவு. மிக அந்தரங்கமானவர்களுக்கு மட்டுமே இந்த உறவின் தன்மையும், தீவிரமும் தெரியும்."

இதைச் சொல்லிவிட்டு கிருஷ்ணர் சற்றுநேரம் சிந்தனையில் ஆழ்ந்தார். தன்னிடம் எதையும் ஒளிவு மறைவின்றிப் பேசும் தன் ஆருயிர்த் தோழர் எதனாலோ சில விவரங்களைத் தன்னிடம் சொல்லத் தயங்குகிறார் என்பது அர்ஜுனனுக்கு மிகுந்த கிலேசத்தைத் தந்தது. ஆனாலும் அவரைத் தூண்டி விவரம் கேட்பதும் சரியல்ல என்பதால் அமைதியாகக் காத்திருந்தான்.

ஒரு பெருமூச்சுடன் கிருஷ்ணரே மீண்டும் ஆரம்பித்தார். "துரியோதனன் மணந்த காசி நாட்டு இளவரசி பானுமதியைப் பற்றி

அறிந்திருப்பாய். அவளும் சிறந்த பதிவிரதைதான் என்றாலும், ஒரு சிறு தவறு செய்தாள். துரியோதனன் சகுனியோடு அரசியல் சூழ்ச்சிகளில் ஈடுபடுவதிலும், ராதேயனுடன் வேடிக்கை விநோதங்கள் பேசுவதிலும், தம்பியரோடு விளையாடுவதிலும் நேரம் கழித்த அளவுக்கு, மனைவியான தன்னிடம் ஈடுபாடு காட்டுவதில்லை என்று அவள் நினைத்தாள். புதுமணம் புரிந்த காலத்தில் கணவனிடமிருந்து தனக்குக் கிடைத்த ஆதரவு நீடித்திருக்கவில்லையே என்பது அவளது மனக்குறை. பொதுவாக, மனைவியர் பலரும் நம்முன் வைக்கும் குற்றச்சாட்டுதான் அது."

மெல்லிய புன்னகையோடு தலையசைத்து அதனை ஆமோதித்தான் பார்த்தன்.

"அவளது பொருமலில் நியாயம் இருந்தாலும், தலைவனோடு நேரடியாகப் பேசித் தீர்ப்பதற்குப் பதிலாக, குறுக்கு வழியொன்றைக் கையிலெடுத்தாள். அணுக்கத் தோழியை அனுப்பி மந்திரச் செய்கைகளில் தேர்ந்த நாகினி ஒருத்தியை தன் அந்தப்புரத்திற்கு அழைத்து வந்தாள். அவள் ஒரு மூலிகை வேரைத் தந்து, சில பூசனைகளையும் சொல்லித் தந்தாள். பானுமதி, முறைப்படி ஒரு மண்டலம் நோன்பிருந்து அவ்வேரை பூசித்தாள். பின்னர் அவ்வேரை பாலில் கரைத்து துரியோதனனை பருகவைக்க முயன்றாள். ஆனால் நடந்ததோ வேறொன்று."

கதையின் போக்கில் ஈடுபட்டவனாக அர்ஜுனன் ஆவலுடன் கிருஷ்ணரைப் பார்த்தபடியிருந்தான்.

"உப்பரிகையில் நின்றபடி சேடியின் கையிலிருந்த பால் குவளையை வாங்கிய துரியோதனனை அந்நேரம் பார்த்து எங்கிருந்தோ வந்த வண்டொன்று கொட்டியது. அந்த அதிர்ச்சியில் வண்டைத் தட்டி விட்டதோடு சேர்த்து பால் குவளையையும் கைதவறவிட்டான் துரியன். மிகச்சரியாக அந்த உப்பரிகைக்கு கீழே அந்நேரத்தில் நாக வடிவில் ஊர்ந்து சென்று கொண்டிருந்த தட்சகன் அந்தப் பாலை அருந்தினான். அதிலிருந்த வேரின் மகிமையாலும், ஆகர்ஷண மந்திர ஜபத்தின் வல்லமையாலும் பானுமதியை நோக்கி ஈர்க்கப்பட்டவனாக அவளது அந்தப்புரத்திற்குள் மனித வடிவெடுத்து நுழைந்தான். தன் செய்கையின் பலன் விபரீதமானது கண்டு பதறிய பானு, துரியோதனனை விரைந்து அழைத்து வரச் செய்தாள். இருவருமாய் தட்சகனின் பாதம் பணிந்து மன்னிப்புக் கேட்டனர். பானுமதியின் மீதான ஈர்ப்பை தவிர்க்க முடியாவிட்டாலும்,

அவளது மாண்பைக் குலைக்கவும் விரும்பாத தட்சகன் குழம்பினான். அதேநேரம் ஆணவம் மிக்க கௌரவ ராஜன் தன் பாதம் பணிந்திருப்பது கண்டு பெருமிதமும் அடைந்தான். உணர்ச்சிக் கலவைகளால் அலைக்கழிக்கப்பட்டு, இறுதியாக அவர்கள் இருவரிடமும் ஒரு வாக்குறுதியைப் பெற்றுக் கொண்டு விலகினான். ஒவ்வொரு நிறைநிலவு நாளன்றும் அந்தப்புரத்திலிருக்கும் அத்தி மரத்தடியில் பானுமதியும், துரியோதனனும் தட்சகனைச் சந்தித்து பூஜிக்க வேண்டும் என்பதே அவ்வரம். தானும் உடனிருப்பதால் பானுவின் பத்தினித்தன்மைக்கு இழுக்கு வராது என்பதால், துரியோதனனும் அந்த நிபந்தனைக்கு ஒப்புக் கொண்டான்.”

"விசித்திரமான உறவாக இருக்கிறதே" என்றான் அர்ஜுனன். அந்தப் பதிலில் இருந்த மெல்லிய ஏளனத்தைக் கண்டிப்பது போன்ற பார்வையோடு கிருஷ்ணர் ஆழ்ந்த குரலில் சொன்னார் "அர்ஜுனா, ஆண் பெண் உறவென்பது துல்லியமான நியாய அநியாய நிர்ணயங்களுக்குள் அடங்குவதில்லை. இன்னொருவரின் உணர்வை நாம் சரியாக மதிப்பிடுவது என்பதே இயல்வதல்ல எனும்போது, உறவுகளைப் பற்றி நாம் தீர்ப்பளிப்பது மடமை. ஒரு போதும் அதைச் செய்யாதே. அதிலும் இந்திர மைந்தனாகிய உனக்கு பிறழ் உறவுகள் குறித்துப் பிறரைப் பழிக்கும் தகுதி துளியும் கிடையாது. நான் இந்த உறவைப் பற்றி உன்னிடம் சொல்ல முனைந்தது என்றைக்கும் தட்சகன் துரியோதனனை, அதாவது பானுமதியை பாதுகாக்கவே முயல்வான் என்பதை உணர்த்தத்தான். எனவே, இன்றே அவன் குடியையும், அவனிருக்கும் வனத்தையும் அழிப்பதே உங்கள் நன்மைக்கு உகந்தது.”

"இருந்தாலும்... பல நூறு ஆண்டுகளாக வெல்லப்படாத அந்தக் காட்டை வெல்வது எப்படி? அக்னி தேவனும்கூட அவ்வனவாசிகளின் தற்காப்பு ஏற்பாடுகளைப் பற்றிக் குறிப்பிட்டாரே, அதையெல்லாம் கண்டறிந்து வர ஒற்றர்களை அனுப்ப வேண்டுமல்லவா?”

"தேவையில்லை. நான் ஏற்கனவே தேவையான தகவல்களை அறிவேன். அக்காட்டில் வாழும் நாகர்கள், மிகக் கூர்த்த மதியுடையவர்கள். நாகம் என்றால் பாம்புகள் மட்டுமல்ல. யானைக்கும் நாகம் என்றொரு பொருள் உண்டல்லவா? அவ்வனத்தின் நாகர்கள் பாம்பாகிய நாகத்தின் நஞ்சையும், யானையாகிய நாகத்தின் துதிக்கைகளையும் தங்களுக்கு வேண்டிய விதத்தில் பயன்படுத்தக் கற்றவர்கள்.”

"புரியவில்லையே கிருஷ்ணா"

"வனம் அடிக்கடி எரியூட்டப்படுவதால் அதைத் தடுக்க அவர்களின் வனத்தின் வெளிவட்டத்திலேயே உயர்ந்த தேவதாரு மரங்களின் மேல் பரண் அமைத்து அதில் எந்நேரமும் காவல் காக்கிறார்கள். யமுனையின் வழியாக அன்றி வேறெந்த வழியிலும் அக்காட்டை அணுக முடியாது. யமுனையில் செல்லும் படகுகள் அக்காட்டினருகே சற்று வேகம் குறைத்தாலும் காவல் மாடங்களிலிருந்து நாகர்களின் நச்சம்புகள் அவர்கள் உயிரைக் குடித்துவிடும். அதையும் தாண்டி பெரும் படகுகளில் வீரர்களைக் கொண்டுசென்று காட்டின் விளிம்பில் தீ வைத்தாலும், யானைகளை துதிக்கையால் நீரள்ளி ஊற்றித் தீயை அணைக்கப் பழக்கியிருக்கிறார்கள். எனவே, மிக நீண்ட தொலைவிலிருந்தே அம்பு எய்து, காவல் மாடத்து வீரர்களைக் கொல்ல வேண்டும். பின்னர் தீ வைக்கவேண்டும். அதை அணைக்க வரும் யானைகளை நெருப்பு வளையத்தின் இந்தப் புறமிருந்தே அம்பெய்து வீழ்த்த வேண்டும். இந்த இரண்டையும் செய்யும் திறன் உன் ஒருவனுக்கே உண்டு."

அர்ஜுனன், யோசனைகள் அலைமோத சாளரமருகே சென்று வெளியே தென்பட்ட யமுனையின் ஆவேசமான நீரோட்டத்தைப் பார்த்துக் கொண்டிருந்தான்.

"நீ ஒருவன் மட்டுமே அதைச் செய்து பயனில்லை. அஸ்தினபுரியிலிருந்து பிரித்துக் கொண்டு வந்திருக்கும் படையினரில் ஒரு பிரிவினருக்கும், பாஞ்சாலப் படைப் பிரிவினருக்கும் கூட நீ பயிற்சி அளிக்க வேண்டும். தொலைதூரம் சென்று தாக்கும் எரியம்புகளையும், சப்தத்தை மட்டுமே கொண்டு இலக்கைக் கண்டறிந்து தாக்கும் அம்புகளையும் அவர்களுக்குக் கற்பிக்க வேண்டும்."

"நான் நாளையே பயிற்சிகளைத் துவக்குகிறேன்."

"முதலில் தருமரிடமும், மற்ற சகோதரர்களிடமும் பேசி அனுமதி வாங்கிவிடு. அப்படியே அத்தையிடமும் உத்தரவு கேட்டுக்கொள். யாருக்கும் எந்தத் தடையும் இருக்கப் போவதில்லை என்றாலும், அவரவர்க்குரிய மரியாதை முறைகளில் எந்தக் குறையும் வந்துவிடக் கூடாது."

"ஆகட்டும்"

14

காண்டவ வனத்தின் யமுனைக் கரையில் காத தூரத்திற்கு ஒன்றென இருந்த காவல் மாடங்களில், ஒவ்வொரு பரணிலும் பன்னிரு நாக வீரர்கள் இருந்தனர். அம்மாடங்களில் இருந்து பார்த்தால், யமுனையின் நடுப்பகுதியில் வணிகப் படகுகள் சென்று கொண்டிருப்பது தெரியும். எப்படகேனும் தங்கள் கரை நோக்கி திசை மாறி வருவதாகவோ, இங்கே வேகம் குறைப்பதாகவோ தெரிந்தால் போதும், நாகர்கள் தங்கள் நச்சம்பினை செலுத்தி அக்கலத்தில் இருக்கும் அத்தனை மனிதர்களையும் கொன்றழித்துவிடுவது வழக்கம். ஓடும் நதியில், அதுவும் வெகு தொலைவில் சென்று கொண்டிருந்த படகுகளிலிருந்து புறப்பட்ட நீளம்புகள் அந்த பரண்களை எட்டும் என எவருமே எதிர்பார்த்திருக்க முடியாது. புறாக்கூட்டம் ஒரே நேரத்தில் வானிலெழுவது போல, திடீரென பாண்டவப் படகுகளிலிருந்து கிளம்பிய அம்புகள் பரண்களில் இருந்த நாக வீரர்களின் உயிர் குடித்தன. ஒருவருக்கொருவர் எச்சரித்துக் கொள்ளும் நேர இடைவெளிகூட இல்லாமல் அத்தனை காவல் வீரர்களும் சில மணித்துளிகளுக்குள் இறந்துவிட, காப்பற்றுத் திறந்து கிடந்தது காண்டவ வனம்.

எதிர்ப்பின்றி யமுனைக் கரையில் இறங்கிய பாண்டவ, பாஞ்சால வீரர்களில் சிலர், வெகு வேகமாகக் காவல் பரண்கள் அமைந்திருந்த

மரங்களின் மேல் ஏறினர். அங்கிருந்து உள்காட்டை அவர்கள் கண்காணிக்க, பெரும்பகுதி வீரர்கள் மரங்களை வெட்டத் துவங்கினர். மரங்களை வெட்டிய பகுதியில் முதலில் தங்களுக்கான பாடி வீடுகளை அமைத்துக் கொண்டனர். அதன் பிறகும் மரம் வெட்டும் வேலை தொடர்ந்தது. இரண்டு நாட்கள் இரவு பகலாக வெட்டித் தறித்த பின்னர், இப்போது யமுனைக் கரையில் காவலரண் மரங்கள் மட்டும் வரிசையாக நின்றிருக்க காண்டவ வனப் பரப்பிற்கும் பாடி வீடுகளுக்கும் நடுவில் நெருப்பின் வெம்மை தாக்கவியலாத அளவு தொலைவுக்கு வெட்டவெளி ஏற்பட்டிருந்தது.

இப்போது காவலரணில் இருந்த நீளம்பு செலுத்தும் வில்லவர்கள், உள்காட்டின் மரங்களைக் குறிவைத்து தோற்பையில் நெய் நிரப்பிச் செய்யப்பட்ட பந்துகளை ஏந்திய அம்புகளை எய்தனர். அவ்வம்புகள் மரங்களில் தைக்கும் போதே அத்தோற்பந்துகள் உடைந்து, நெய் மரங்களை முழுக்காட்டியது. மரங்களை நெய் முழுக்காட்டியபின், அரக்கு உருளை பொருத்திய அம்புகளைப் பற்ற வைத்து, எரியும் அம்புகளை அந்த மரங்களைக் குறிவைத்து எய்தனர். அம்மரங்கள் பற்றியெரிந்தன.

பறவைகளின் கலைசலான ஒலியும், புகையும் உட்காட்டிலிருந்த நாகர்களுக்கு அபாயத்தை உணர்த்த அவர்கள் விரைந்து காட்டின் வெளிப்புறத்தை நோக்கி வந்தனர். முன்பு நாகர்களின் பாதுகாப்புக்காகக் கட்டப்பட்டிருந்த காவல் பரண்களே இப்போது அவர்களின் வருகையைப் பாண்டவ வீரர்களுக்குக் காட்டித் தந்தன. மீண்டும் அர்ஜுனனின் வழிகாட்டுதலில் பயிற்சி பெற்றிருந்த வில்லவர்கள், கண்ணில் பட்ட நாகர்களை எல்லாம் நீளம்புகளால் கொன்றழித்தனர். நெருப்பு அரணுக்கு வெளியே நின்றிருந்த பாண்டவ வீரர்களை, நாகர்களின் நச்சு அம்புகளால் நெருங்க முடியவில்லை.

இனி வில்லும் அம்பும் பயனளிக்கப் போவதில்லை என்று முடிவு செய்த நாகர்கள், தங்களது அடுத்தகட்டப் போராட்டத்தை ஆரம்பித்தனர். குன்றின் மேல் நிலச்சரிவு ஏற்படுகையில் பாறைகள் பெயர்ந்து உருண்டு வருவதைப்போல் காண்டவ வனத்தின் பசுந்தழைப்புக்குள் ஆங்காங்கு இருள் வண்ண அசைவுகள் தெரிந்தபோது அது என்னவென்றே பாண்டவ வீரர்களுக்குப் முதலில் புரியவில்லை. விரைவில் அந்த காட்டு யானைகள் தங்களது துதிக்கையிலிருந்து நீரைப் பற்றி எரியும் மரங்களின் மீது பீய்ச்சுவதைப் பார்த்த பின்னர்தான், நாகர்களின் தந்திரம் புரிந்தது.

ஒரு வரிசை யானைகள் பின் வாங்க, அதன் பின்னால் அடுத்த வரிசை யானைகள் உயர்த்திய துதிக்கையுடன் வந்து நீரை வீசின. மாறி மாறி இச்செயல் தொடர்ந்தபோது மெல்ல தீ அணைந்து, மரங்கள் புகையெழுப்பியபடி கரிக்கட்டைகளாக மாறத் தொடங்கின. அதுவரை உற்சாகக் குரல் எழுப்பிய பாண்டவ, பாஞ்சாலப் படையணியில் சோர்வு கவியத் துவங்கியது.

இத்தனை ஒழுங்கான நகர்வை பேரரசுகளின் பயிற்சி பெற்ற யானைப்படையில்கூட பார்க்க முடியாது என்று எண்ணிக் கொண்டான் அர்ஜுனன். அருகில் எல்லாவற்றையும் பார்த்துக் கொண்டிருந்த கிருஷ்ணரிடம்,

"இந்த நாகர்களால் வன மிருகங்களையும் தங்களுக்கு ஏவல் செய்ய வைக்க முடிகிறதென்றால், உண்மையில் அவர்களின் திறம் வியப்பூட்டுகிறது கிருஷ்ணா" என்றான்.

"அவர்கள் நம்மைப்போல எவ்விலங்கையும் முழுமையாக அடிமை கொள்வதில்லை. இவ்வனத்தில் தங்களைப் போலவே வாழும் சக உயிர்கள் எனும் வகையில் அவற்றின் உதவிகளைப் பெற்றுக் கொள்கிறார்கள். அதுவே, அந்த உறவின் வலிமை. யானைகளின் திறனையும், நாகர்களின் பயிற்சியையும் வியந்தது போதும். இன்னமும் செயல் மறந்து நின்றாயெனில் நாகர்கள் நெருப்பை முழுமையாக அணைத்துவிடுவர். அதன் பின் பாண்டவப் படை அவர்களின் நச்சம்புகளுக்கு முன் நெஞ்சு திறந்து சுய பலிக்கென நிற்கும் மந்தையென மாறிவிடும். முதலில் அந்த யானைகளின் துதிக்கைகளைத் துண்டியுங்கள். அதன் மூலம், தீயை அணைப்பதையும் தடுக்கலாம். வெறி கொண்டு ஓடும் யானைகள் பின்னிருந்து ஏவும் நாகர்களையும் மிதித்தழிக்கும்."

"கிருஷ்ணா, அந்த வாயில்லா பிராணிகளை வதைப்பது அறமா?"

"யானைகளுக்குப் பின்னால் நிற்கும் நாகர்களை அழிப்பது சரியென்றால், அவர்களுக்கு உதவும் இந்த யானைகளையும் அழிப்பது அறமே. போருக்கு இறங்கிய பின்னர், அறநெறிகளை உசாவுவது வீரனுக்கு அழகில்லை. எப்பாடு பட்டேனும் வெற்றியை ஈட்டுவதே இங்கு குறிக்கோள். அறமீறல்களை பின்னர் எப்படியேனும் நியாயப்படுத்திக் கொள்ளலாம். இப்போது பேசி வீணாக்க நேரமில்லை, விரைந்து செயல்படு." என்று துரிதப்படுத்தினார் கிருஷ்ணர்.

அதன் பின்னரும் அர்ஜுனன் தயங்க, மீண்டும் கிருஷ்ணர் வற்புறுத்தினார் "ஒன்று செய், நீ என் ஏவல் கருவி மட்டுமே என்று நினைத்துக் கொள். இச்செயலால் புகழ் வந்தால் அது உனக்கு, பழி வந்தால் கிருஷ்ணன் சொல்லித் தான் நான் செய்தேன் என்றுரைத்துவிடு, பழியை நான் பார்த்துக் கொள்கிறேன்." என்றார்.

அடிபட்ட பார்வையுடன் கிருஷ்ணரை ஏறிட்ட அர்ஜுனன், "என் செயல்களின் பொறுப்பைக்கூட ஏற்க முடியாத அளவுக்கு நான் கோழையல்ல. நீ கூறுவதுபோல் இனி பின் வாங்கவோ, தயங்கவோ முடியாதென்பதை உணர்கிறேன். நீ சொன்னதைச் செய்கிறேன்" என்று சொல்லி மீண்டான். ஒவ்வொரு முறையும் போருக்கெழுகையில் தன்னுள் முதலில் எழும் தயக்கத்தையும், அதன் பின்னர் அதற்கும் சேர்த்து உள்ளிருந்தெழும் சீற்றத்தையும் கண்டு வியந்தபடியே வில்லின் நாணைச் சீரமைத்தான். இந்த வில்லைப் போலவே தன் மனமும் தயக்கத்தோடு பின்னடி எடுத்து வைப்பதெல்லாம் சீறிப் பாய்வதற்கு விசை கூட்டத்தானோ என்று ஓர் எண்ணம் தோன்றியது. உள்ளே அறுபடாது ஓடிய சிந்தனைகளோடு ஒட்டாமல் வெளியே போர்ச் செய்கைகளில் ஈடுபட்டு ஒழுக அவனால் இயன்றது.

பரணிலிருந்த வில்லாளிகளுக்கு சங்கேத மொழியில் கட்டளைகள் பறந்தன. முதலில் தயங்கினாலும், நாகர்களின் நஞ்சால் உயிரிழக்க வேண்டியிருக்கும் என்ற உயிரச்சத்தால் வீரர்கள் யானைகளின் துதிக்கைகளைத் துண்டித்தனர். வேழங்களின் உயிராற்றல் நிலைத்திருப்பதே அவற்றின் கரமும், நாசியுமான துதிக்கையில்தான். அவை துண்டிக்கப்பட்ட நிலையில் அந்த யானைகளால் பிளிரக்கூட முடியாமல் விநோதமாக ஓலமெழுப்பின. வலியால் துடித்தபடி திக்குத்தெரியாமல் இங்குமங்கும் ஓடி நாகர்களையே மிதித்தழித்து தாமும் அழிந்தன.

யானைகளின் அழிவுக்குப் பின்னர், எத்தடையும் இன்றி பற்றி எரிந்தது அந்த அடர் பசுங்காடு. தளிர்கள் பொசுங்க, கொடிகள் கருக, தசையும், குருதியும், நிணமும், கொழுப்பும், இலைகளும், கிளைகளும், விழுதுகளும் ஆகுதியாக, விண்ணையும் மண்ணையும் இணைக்கும் ஒற்றைப் பெருந்தூண் என தழல் பெருக்கு எழுந்து நின்றாடியது. யமுனையின் இக்கரை வரை புகையும், கரித்தூளும் நிறைந்த காற்றுப் பரவியது. பசுந்தழைகள் கருகும் மணமும், மிருக, மனித உடல்கள் பொசுங்கும் நாற்றமும் அப்பிரதேசம் முழுமையையும் நிறைத்தது.

நெருப்புச் சுடும் என்பதை மட்டுமே அறிந்திருந்த பாண்டவ, பாஞ்சால வீரர்கள், நெருப்பு ஓலமும் இடும் என்பதை அக்காட்டில்தான் உணர்ந்தனர். அனலோனின் சடசடப்பொலிக்கு நடுநடுவே மரப்பட்டைகளுக்குள் இருக்கும் ஈரமோ அல்லது விலங்குகளின் கொழுப்பினாலோ படீரென வெடிக்கும் ஒலிகளும் எழுந்தன. பேருருவ மரங்களெல்லாம் பற்றி எரிந்து ஒடிந்து விழும் ஒலியும், மிருகங்களும், நாகர்களும் எழுப்பும் மரண ஓலங்களும் யமுனைக் கரையெங்கும் முழங்கின. அந்த ஓலங்களிலும், மரணத்தின் நெடியனப் பரவிய நாற்றத்திலும் இருந்த அவலம் ஒவ்வொரு வீரனையும் சற்றுக் குன்ற வைத்தது. அதிலெழுந்த தாழ்வுணர்ச்சியை வெல்ல அவர்கள் தங்களை மிகையாக நடிக்க வேண்டியிருந்தது. அவ்வெறியால் பறந்தேனும் தப்பலாம் என்று முயன்ற பறவைகளைக்கூட அம்பெய்து அக்னியில் வீழ்த்தினர்.

சிறகவிழா குஞ்சுகளும், பொரிந்தெழா முட்டைகளும், கால் பதியாத குழவிகளும், குருளைகளும், கொத்துக் கொத்தாகப் பொசுங்கின. இனி போராடிப் பயனில்லை என்று கண்ட நாக குலத்தவர்கள், மூத்தோரை ஆடவரும், மைந்தர்களைப் பெண்களும் சுமந்து கொண்டு காட்டின் உட்பகுதிக்கு ஓடினர். ஒரு கட்டத்தில் முதியோர் தங்களைக் கைவிடுமாறு சொல்லிவிட, கண்ணீர் சிந்தவும் நேரமின்றி அவர்களை உதிர்த்துவிட்டு மைந்தரை மட்டும் சுமந்தபடி ஓடினர்.

ஓடை நீருக்குள் இறங்கி அமிழ்ந்தபடி தப்பித்துவிட நினைத்த முதியவர்களின் நிலை சற்று நேரத்திலேயே மிக மோசமானது. சுற்றிலும் எரியும் தழலால் நீர் கொதிக்க ஆரம்பித்தது. வெந்து அலறிய அவர்களின் மரண ஓலம் மிக கொடுமையானதாக இருந்தது. ஓடைகளும் மெல்ல மெல்ல அனலில் வற்றி ஆவியாகி விண்ணேகியது. கதலி மரங்களும் கூடக் கருகின.

காண்டவ வன முற்றுகை தொடங்கி எட்டாம் நாள், இந்திரன் தன் படையினருடன் அர்ஜுனனை எதிர்கொண்டான். அன்றிலிருந்து ஏழு நாட்கள் நீண்ட கடும் போரில் இந்திரன் தன் தோல்வியை ஒப்புக்கொள்ள வேண்டியதாயிற்று. தன் போரின் ஒரே சிறு வெற்றியாக தட்சகனின் மைந்தனான அஸ்வசேனை மட்டும் நெருப்பு வளையத்தைத் தாண்டி மீட்டுக் கொண்டு, பின் வாங்கினான் விண்ணவர்க்கரசன். அதன் பின்னர், படையினர் மீண்டும் எரியூட்டலில் கவனம் செலுத்தினர்.

மொத்தமாய் இருபத்தோரு நாட்கள் நின்றெரிந்தது காண்டவ வனம். இறுதியில் நீற்றுக் குவையென, வெற்றுப் புகையென பாழ்பட்டு நின்றது அவ்வெளி. தேவருலகத் தலைவனின் காவலில் இருந்த காண்டவ வனத்தை வென்று அழித்ததால், இளைய பாண்டவனாகிய அர்ஜுனனின் வில் காண்டீபம் என்று பெயர் பெற்றது. யாதவக் கிருஷ்ணன் கணித்துச் சொல்லியிருந்தபடியே அந்த வன எரிப்பு நிகழ்வு பாரத வர்ஷமெங்கும் அவனது வீரத்தையும், வில் திறனையும் பற்றிய மிகைக் கூற்றுகளையும், விதந்தோதல்களையும் காற்றில் ஏறிய கந்தமெனப் பரப்பியது.

நாகலந் தீவெங்கும் வேர்ப்பின்னல்களென பரவியிருந்த நாக குலத்தவருக்கோ என்றும் வற்றாது குருதி உமிழும் நெஞ்சுப் புண்ணென, உமிக்குள் வைத்த கனல் துண்டென ஒவ்வொரு நொடியும் வாட்டி வதைக்கும் நினைவுகளாக அந்நிகழ்வுகள் பதிந்தன. தலைமுறைகள் தோறும் ஆறாத வடுவென அவர்களின் குருதித் தொடரில் அந்நினைவுகள் கைமாற்றப்பட்டுக் கொண்டே இருந்தன. புறத்தில் அன்றாடக் கடமைகளிலும், தற்காலிக உற்சாகங்களிலும் ஈடுபட்டாலும் ஆண்டுதோறும் சைத்ர மாதத்தில் நடக்கும் நீத்தார் கடன் நிகழ்வுகளில் அகக்காயங்களின் பொறுக்குகளை வெட்டியெடுத்து, மீண்டும் குருதி வரச் செய்து கொள்ளும் பழக்கம் அவர்களின் குலச்சடங்காகியது. வேனிலின் கொடுமையைத் தணிக்கும் நீர்ப் பந்தல்களையும், மானிடரின் வயிற்றுக்குள் எரியும் ஜடராக்னியை அணைக்க அன்னக் கொடைகளையும் செய்வதன் மூலம், எரிபுகுந்த தம் குலத்தவரின் ஆன்மாக்களை குளிரச் செய்வது ஒரு புறமென்றால், அவ்வெறி நிகழ்வைப் பற்றிய குலப்பாடல்களைக் கேட்டுத் தங்கள் மனப் புண்ணை புதுப்பித்துக் கொள்வதையும், அதன் மூலம் குரு குலத்தின் மீதான தங்கள் வஞ்சத்தைக் கூர் தீட்டிக் கொள்வதையும் இன்னொரு புறம் தொடர்ந்தனர் நாகர்கள்.

நோன்புக் காலம் முடிந்து வேணு வனம் திரும்பிய பின்னரும்கூட, பல நாட்களுக்கு ஆஸ்திகன் கொடுங்கனவுகளால் அலறி எழுந்தான். துதிக்கை வெட்டப்பட்ட யானைகளும், கொதிக்கும் நீரில் வெந்த நாகர்களும், விடாது துரத்தும் பேருருவ நெருப்பு வளையங்களும் அணிவகுக்கும் கொடுங்கனவுகளால் அச்சம் கொண்டு அலறி எழுந்து, விடியும் வரை விழி நீர் உகுப்பதுண்டு. அருகிலுறங்கும் அன்னை எழுந்து அவனை அணைத்துத் தேற்றுவாள். மீண்டும் அவன் உறங்கும் வரை ஆறுதல் படுத்துவாள்.

கனவுகளின் தொல்லை குறைந்து அவன் நிம்மதியாகத் தூங்குவதாகத் தோன்றிய பின்னர் ஒரு நாள் தமையனிடம் பேச வந்தாள் மானசா.

"அண்ணா, ஆஸ்திகனுக்கு உபநயனம் செய்வித்து, ஏதேனும் ஒரு குருகுலத்திற்கு வேதம் பயில அனுப்ப வேண்டும் என்று எண்ணுகிறேன்."

"சரிதான். யாயாவர குலத்து மைந்தன் எனும் முறையில் அதுவே அவனுக்கான சரியான கல்வி. பொதுவாக அந்தணப் பிள்ளைகளுக்கு எட்டிலிருந்து பதினாறு பிராயத்திற்குள் அல்லவா உபநயனம் செய்விப்பார்கள்?"

"ஆம் அண்ணா. செம்மொழி உச்சரிப்பு திருத்தமாக வர வேண்டும் என்பதற்காகவும்,

நினைவாற்றல் வளர வேண்டும் என்பதற்காகவும் அப்படியொரு வயது வரம்பு வகுத்துள்ளனர். ஆஸ்திகனைப் பொறுத்தவரையில், அவனது மூன்றாம் அகவையிலேயே சொல் திருந்திவிட்டது. அவனது நினைவாற்றலும் கூர்மையானதே."

"உனக்கு இருக்கும் ஒரே பற்றுக்கோடு அவனல்லவா? இத்தனை இளம் வயதில் அவனைப் பிரிந்து உன்னால் இருக்க முடியுமா?"

"என் வரையில் மைந்தனை ஒக்கலில் அல்ல உள்ளத்தில் சுமப்பதே தாய்மை எனக் கருதுகிறேன் அண்ணா. அவனைப் பார்த்துக் கொண்டே இருக்க வேண்டும் என்பதல்ல என் ஆவல். அவன் வளர்ச்சியை, அவனது மேன்மையைப் பற்றிக் கேட்டுக்கொண்டே இருப்பதுதான் எனக்கு மகிழ்ச்சி. நமக்கு அதிகப் பொழுதில்லை அண்ணா. வேள்வி அவைகளில் அவன் நிமிர்ந்து நின்று சொல்லெடுக்க வேண்டுமென்றால், வேதப் பயிற்சி கட்டாயம் வேண்டும்."

மானசாவின் கடைசி வாக்கியம் வாசுகியின் ஆட்சேபணைகளை ஊதியெறிந்தது. பெருமூச்சுடன், "ஆம்.. எந்த முனிவரிடம் அனுப்பலாம் என்று ஏதேனும் யோசித்து வைத்திருக்கிறாயா?"

"பெரும்பான்மை அந்தணர்கள் நாகர்களாகிய நம் மீது கொண்டிருக்கும் வெறுப்பு நாமறிந்ததுதான். ஆனால், பார்க்கவ குலத்தவருக்கு அந்தண, க்ஷத்திரிய கூட்டின் மீதிருக்கும் ஒவ்வாமை காரணமாகவே நம்மைப் போன்றவர்கள் மீது அணுக்கம் உண்டல்லவா? எனவே, சியவனரின் குருகுலத்திற்கு அனுப்புவது பொருத்தமாக இருக்கும் என்று நினைக்கிறேன்."

"தீர்க்கமான முடிவம்மா. நான் சியவன குருகுலத்திற்கு தகவல் அனுப்பிவிட்டு, உபநயனத்துக்குரிய ஏற்பாடுகளைச் செய்கிறேன்."

கவலையகன்றவளாக இல்லத்தினுள் சென்றாள் மானசா.

ஆஸ்திகனை குருகுலத்திற்கு அனுப்பிய பின்னர் மீண்டும் மானசாவை வெறுமை சூழ்ந்தது. அன்றாட இல்லப் பணிகளில் கூட ஈடுபாடற்றவளாக, சோர்வும் தளர்வுமாக பெரும்பாலான நேரம் மஞ்சத்தில் சாய்ந்து கிடந்த மானசாவைக் கண்டு மனம் பொறாது பேச வந்தார் வாசுகி.

"என் சகோதரி திடமானவள் என்று எண்ணி இருந்தேனேயம்மா.."

"என் திடத்திற்கு இப்போது என்ன குறைவு வந்துவிட்டது அண்ணா?" என்றவாறே எழுந்து சற்று சாய்ந்தார் போல் அமர்ந்து கொண்டாள்.

"பகலிலும் இப்படி ஓய்வெடுக்கும் மானசாவை இத்தனை ஆண்டுகளில் நான் பார்த்ததே இல்லையே. கணவரைப் பிரிந்தபோதுகூட மௌனத்தில் புதைந்தாலும், நடமாடிக் கொண்டுதானே இருந்தாய்? மைந்தனைப் பிரிந்தது உன் ஆற்றலையெல்லாம் உறிஞ்சிவிட்டது என்பதை என்னால் நம்பக் கூடவில்லையம்மா"

"அதற்கு என்ன செய்வதண்ணா? ஒரு முறை அறுந்த நூலிழையை முடிச்சிட்டு வைக்கலாம். மீண்டும் மீண்டும் அறுந்து கொண்டே இருந்தால், எவ்வளவு முடிச்சுகள்தான் போட முடியும்? அப்படி கட்டிக் கொண்டே இருந்தால் இழை மேலும் மேலும் பலமிழக்கத்தானே செய்யும்?"

"நூலிழை அளவுக்கு மனதை மென்மையாக வைத்துக் கொள்வது சரியல்லவே. மேலும் நீயாகத்தானே ஆஸ்திகனை குருகுலத்திற்கு அனுப்புவதை முன்மொழிந்தாய்? முழு மனதுடன் நீ சொல்வதாகத்தான் எண்ணியிருந்தேன்."

"முழு மனதுடன்தான் அவனை அனுப்பி வைத்தேன். அதற்கென என்ன செய்வது? காயம் பட்டால் அலறாது அமைதியாக பொறுத்துக் கொண்டாலும், கண்ணில் நீர் வழிவதைத் தடுக்க முடிவதில்லை. அது போலத்தான் அண்ணா இதுவும். சின்னாட்களில் இத்தளர்ச்சி நீங்கிவிடும் என நம்புகிறேன்." புன்னகைக்க முயன்று முகத்தசைகளை இளக்கியவளைப் பரிவோடு பார்த்த வாசுகிக்கு கண்கள் கலங்கியது. அதை மறைக்க வேறுபுறம் திரும்பித் தன்னைக் கட்டுப்படுத்திக் கொண்டார்.

"தனியாகப் பொறுப்புகளைச் சுமக்கும்போது நீரில் நனைத்த பஞ்சென பன்மடங்கு எடை கொண்டுவிடுகிறது. நல்லதொரு துணைவரை அடையப் பெறாத பெண்களுக்கெல்லாம் இத்துயர் தவிர்க்கவியலாத ஒன்று." எடை கொண்ட அவளது வார்த்தைகளில் கண்ணீரின் ஈரம் இருந்தது.

"நம் குல அழிவைத் தடுக்க நாம் தேடிக் கண்டைடந்த வரன் அல்லவா ஜரத்காரு முனிவர்? அவரைப் பொறுப்பில்லாதவர் என்று பழிக்காதே அம்மா, என்ன இருந்தாலும் அவரது குல தர்மமே ஓரிடத்தில் நிலை கொண்டுவிடாது பயணிப்பதுதானே?" என்று தொடரப்போன வாசுகி, மானசாவின் முகத்தில் உலர்ந்த விறகில் பற்றியேறும் சுடரென ஒளிர்ந்த சினம் கண்டு பேச்சை நிறுத்தினார்.

"நான் சொன்னது தவறுதான். தன் குலம் செழிக்க வேண்டும், தன் முன்னோர்களுக்கு எள்ளும் நீரும் தடையில்லாது கிடைக்க வேண்டும், அதற்கு யாரோ ஒருத்தியின் குருதியை உறிஞ்சிக் கொள்ள வேண்டும் என்று நினைப்பதை பொறுப்பின்மை என்றல்ல குரூரம் என்றே நான் சொல்லியிருக்க வேண்டும். ஈன்று புறந்தருவது தாயின் கடமை என்றால், மைந்தர்களை வளர்த்தெடுத்து, சான்றோனாக்கி, அவை முதன்மை கொள்ளச் செய்வது தந்தையின் கடனல்லவா? அதையும் மனைவியின் தலையிலேயே சுமத்திவிட்டு ஓடுபவரை புகழச் சொல்கிறீர்களா?

பொறுப்புகளில் இருந்து நழுவுவதன் பெயர் துறவல்ல. பற்றற்ற நிலையில் பொறுப்புகளை கையாள்வதே சிறந்த துறவு. ஒவ்வொரு முறையும் ஆஸ்திகன் தந்தையைப் பற்றிய கேள்விகளை எழுப்பும் போதெல்லாம் நான் அடைந்த துயரை உங்களுக்குச் சொல்லிப்

புரியவைக்க என்னால் இயலாது. என்ன இருந்தாலும் நீங்களும் ஓர் ஆண் தானே, அதனால்தான் அம்முனிவருக்கு பரிந்து பேசத் தோன்றுகிறது.”

“அப்படியில்லையம்மா. பொன், சந்தனம், கரும்பு இவை மூன்றும் தான் துயருற்றாலும் பிறருக்கு மகிழ்வை அளிப்பவை. நீயும் அத்தகைய பொறை கொண்டவள்தான் என்றறிவேன். அவரைப் பற்றிச் சிந்திப்பதே உன் மனதை மேலும் துயருறச் செய்யும்தானே? அதை மறந்து வேறு செயல்களில் உன் சிந்தையைச் செலுத்தி, மீண்டு வா என்பதைத்தான் சொல்ல வந்தேன்.”

ஏதோ பதிலுரைக்க வாயெடுத்தவள் தன்னைக் கட்டுப்படுத்திக் கொண்டு, “சரி அண்ணா.” என்றுவிட்டு அமைதியானாள்.

சற்று நேரம் மௌனத்தில் கழிந்தபின், நீள் மூச்சுடன் எழுந்து அகன்றார் வாசுகி. அவர் சென்ற பின் சூடான கஞ்சியை எடுத்து வந்தாள் நேதளா. அதை அருந்த மறுத்த மானசாவை சற்று வற்புறுத்திக் குடிக்க வைத்தாள். சூடான கஞ்சி உள்ளே சென்றதும், லேசாக வியர்த்தது. வியர்வை முத்துக்களைத் தன் முந்தானையால் துடைத்துக் கொண்டு சாய்ந்து அமர்ந்தாள் மானசா.

“அரசருடன் ஏதேனும் சூடான விவாதமோ தேவி?”

“இல்லையடி.. ஏன் கேட்கிறாய்?”

“களைப்பையும் தாண்டி தங்கள் முகத்தில் இன்னமும் அடக்கப்பட்ட சினம் மீதமிருக்கிறது. அதனால் கேட்டேன்.”

“தோழியும், பணிப்பெண்ணுமாய் வெளிக்குத் தெரிந்தாலும், உண்மையில் நீ என் தாயைப் போலத்தான் என்னைப் பேணி வருகிறாய். உனக்குத் தெரியாமல் நான் எதையேனும் எண்ணிவிட முடியுமா என்ன?” லேசான சிரிப்போடு சொன்னாள் மானசா.

“என் வினாவுக்கு விடையிறுப்பதாக எண்ணமே இல்லை போலிருக்கிறதே.” என்று அதே சிரிப்போடு திருப்பினாள் நேதளா.

“உன்னிடம் சொல்லாது யாரிடம் சொல்லப் போகிறேனடி? ஏன் களைத்துச் சோர்ந்து கிடக்கிறாய் என்றார். துயரைத் தாங்க முடியவில்லை என்றேன். பொறுப்பில்லாக் கணவரைப் பெற்றதன் பலனாக இவ்வெறுமையைச் சுமக்கிறேன் என்றேன். முனிவருக்குப் பரிந்து பேசினார் அண்ணன். அதான் சற்று சினமெழுந்துவிட்டது. என்ன இருந்தாலும் அவரும் ஓர் ஆண் தானே? அதான் மைத்துனரைத் தாங்குகிறார்.”

"அது சரி. இவர்கள் எல்லோருக்கும் பெண் என்பவள் கற்பகத் தருவாக இருக்க வேண்டும். கேட்பதையெல்லாம் தர வேண்டும். அலுத்துக் கொள்ளவோ, சலித்துக் கொள்ளவோ கூடாது. எத்தனையோ முறை தந்தையைப் பார்க்க வேண்டுமெனக் கேட்டு அழுது அரற்றியிருப்பான்? அப்போதெல்லாம் அவனைத் தேற்றியெடுக்க நாம் என்ன பாடு பட்டிருப்போம்?"

"அவன் சொல்லிக் கொள்ள கோத்திரம் கொடுத்ததைத் தவிர, தந்தை என்பதற்கு வேறெந்தப் பொறுப்பும் கிடையாது என்பது இவர்களுக்கெல்லாம் அநியாயம் என்று புரியவே போவதில்லை. அது பற்றி எனக்கும் கவலை இல்லை. ஆனால், என் அச்சமெல்லாம் வேறடி. ஆஸ்திகன் திடமானவனாக வளர வேண்டும் என்பதிலேயே இவ்வளவு காலம் அக்கறை கொண்டிருந்தேன். அவனும் ஓர் ஆண்மகனாக எழுந்து நிற்கையில், மீண்டும் அவனது தந்தையைப் போலவே சிந்திப்பானோ என்று இப்போது அஞ்சுகிறேன்."

"அப்படியெல்லாம் ஒன்றும் நேராதம்மா. அவன் நாம் ஒக்கலிலும், மாரிலும் இட்டு வளர்த்த குழந்தை. பெண்ணின் துயர் அறியாத வன்மை கொள்ள மாட்டான்."

"இல்லையடி நேதளா. தளிரிலிருக்கும் நிறம் நிரந்தரமல்ல. பைதலாக, உணவுக்கும், சீராட்டலுக்கும் நம்மை அண்டியிருக்கையில் இருக்கும் அதே குணம் வளர்ந்து, கற்று, அவை வென்று ஆணவ நிறைவு கொள்கையில் நிலைத்திருக்குமா என்று அறியேன். அதற்கென்ன செய்வது என்றும் நாம் இன்றே யோசித்தாக வேண்டுமடி."

"பதறாதீர்கள் அம்மா. வேளை வருகையில் அதற்கு ஆவன செய்யலாம். இப்போது நீங்கள் ஓய்வெடுங்கள்" என்று ஆறுதல் படுத்திவிட்டு அகன்றாள் நேதளா. மௌனமாய் தனக்குள் மூழ்கினாள் மானசா.

வதுசாரை நதிக்கரையிலிருந்த சியவனரின் குருகுலத்தில் தங்கி, வேத வேதாகமங்களை ஐயந்திரிபறக் கற்று, இல்லம் மீளும் ஆஸ்திகனுக்காகக் காத்திருந்தது வேணு வனம்.

வாசுகியின் இல்லத்தின் முகப்பறையில் உறைந்த முகத்துடன், ஆசனமொன்றில் அமர்ந்திருக்கும் மானசாவின் தலையில் சற்று நரை கண்டிருப்பது தவிர, அகவை முதிர்ந்ததற்கு அடையாளம் வேறு எதுவுமில்லை. ஆனால், கண்களில் அறிவின் தீட்சண்யம் மட்டும் கூடியிருந்தது.

மைந்தன் இல்லம் புகும் முன், நாகரின வழக்கப்படி குருதி கொண்டு கண்ணேறு கழிக்க வேண்டுமா, அல்லது அந்தண குல வழக்கம்போல சுண்ணமும், மஞ்சளும் கொண்டு செந்நீர் கரைத்து வைக்க வேண்டுமா என்று முடிவெடுக்க முடியாமல் மானசாவிடம் வந்து நின்றாள் நேதள சுந்தரி.

"அவன் வைதீகனாக வாழ்வதே நாகரினத்தின் தேவை. எனவே, அவனுக்கான செயல்கள் எல்லாவற்றிலும் அந்தணர் நெறியே கைக்கொள்ளப்பட வேண்டும். சுண்ணமும் மஞ்சளும் கலந்து செந்நீர் கரைத்து தாலத்தில் கொண்டு வந்து வையுங்கள். மதுபர்க்கம் தயாரா?"

"சித்தமாக உள்ளது தேவி" என்றுரைத்து பணிவுடன் நகர்ந்தாள் நேதளா.

திதி பூஜை செய்வதன் பலன்களைப் பற்றி யோசித்துக் கொண்டிருந்தாள் மானசா. அதிதியை எதிர் கொண்டு அழைப்பதால் சூரியனும், இன்மொழி பேசுவதால் ஸரஸ்வதியும், நல்வரவு சொல்வதால் அக்னியும், ஆசனம் கொடுப்பதால் இந்திரனும், அவனது பாதங்களை அலம்புவதால் பித்ருக்களும், உணவளிப்பதால் பிரஜாபதியும், படுக்கை தருவதால் பிரம்மா விஷ்ணு மஹேஸ்வரர்களும் மகிழ்ந்து வாழ்த்துவர் என்று சாஸ்திரங்கள் குறிப்பிடுகின்றன. சாதாரணமாக அந்தி கடந்தபின் வருபவர் யாராக இருந்தாலும், அவர் வேத அதிகாரம் அற்றவராக இருந்தாலுமேகூட அதிதி பூஜை செய்வது உயர்வாகச் சொல்லப்படுகிறது. வருபவன் தன் மருகன் மட்டுமல்ல, குல நாசத்தைத் தடுக்கப் போகிறவனும் அல்லவா? வாசுகியின் பரபரப்புக்கு கேட்பானேன்.

வேணு வனத்தின் எல்லைக்கே போய் நின்று கொண்டிருந்தார் வாசுகி. அல்ல, நின்று கொண்டிருந்தார் என்று சொல்லிவிட முடியாது. நிலைகொள்ளாமல் அங்குமிங்கும் அலைபாய்ந்து கொண்டிருந்தார்.

மானசாவின் மனதில் பரபரப்புக்கேதும் இடமில்லை. சற்று தூரத்தில் கேட்ட வாழ்த்தொலிகள் வாயிலருகே ஒலிப்பது வரை அமைதியாக அமர்ந்திருந்தாள். அவர்கள் வாயிலை நெருங்கிய பின்னரே எழுந்து வந்தாள். பன்னிரு ஆண்டுகளுக்குப் பின்னர் தன் மகனைக் காணும் கிளர்ச்சியோ, நெகிழ்ச்சியோ அவளிடத்தில் இல்லை. பின்னால் நின்றிருந்த நேதளா நீட்டிய செந்நீர்த் தாலத்தை வாங்கி அவனைச் சுற்றி உழிந்து கண்ணேறு கழித்தாள். பின் மீண்டும் தாலத்தை நேதளாவிடம் தந்து, அந்நீரை முச்சந்தி முனையில் கொண்டு போய் கொட்டிவரச் சொன்னாள். அந்நீரில் குழைந்த சேற்றில் ஒரு துளியை தாலத்திலேயே கொண்டு வந்தாள் நேதளா. அதை எடுத்து மகனுக்குத் திலகமிட்ட பின்னர், மானசா அவனது கரம் பற்றி உள்ளே அழைத்துச் சென்றாள். அவர்களைப் பின் தொடர்ந்து வாசுகியும், ஏலாபத்திரனும் உள்ளே நுழைந்தனர்.

பிற நாக குலத்தவர் இல்லத்திற்கு வெளியிலேயே உற்சாகமாய்ப் பேசிக் கொண்டிருந்தனர். குடில்களுக்கு நடுவிலிருந்த முற்றத்தில் அனைவருக்குமான ஊணுணவு தயாராகிக் கொண்டிருந்தது. இல்லத்தின் அடுமனையில் எளிய மரக்கறி உணவு சமைக்கப்பட்டுக் கொண்டிருந்தது.

ஆசனத்தில் அமர்ந்த அன்னையையும், மாமனையும் ஆஸ்திகன் எண்ணுறுப்பும் நிலம் தொட வணங்கி எழுந்தான். அதன் பின்னர் அன்னையினருகில் சென்று அமர்ந்து கொண்டான்.

நேதளா கொண்டு வந்து நீட்டிய மதுபர்க்கத்தை மானசா வாங்கி மகனுக்கு அளித்தாள். அவனும் அதை மகிழ்வோடு உண்டான்.

ஆஸ்திகனுக்கு ஐந்தாம் அகவை நடக்கும்போது அவனுக்கு முப்புரிநூல் அணிவித்து, உபநயனம் மூலம் குருவருள் பெறச் செய்து, சியவனரின் குருகுலத்திற்கு அனுப்பி வைத்தார் வாசுகி. இன்று கல்வியில் கரைகண்டு, பிரம்மச்சரியத்தை துறப்பதற்கான சாமாவர்த்தனம் எனும் சடங்கை முடித்து இல்லம் மீண்டு விட்டான். இனி அடுத்து திருமணம் செய்விப்பதுதான் பொதுவான வழக்கம். ஆனால், தங்களது திட்டமே வேறு என்பதை எப்படிச் சொல்வது என்று வாசுகி மனதுக்குள் குழம்பிக் கொண்டிருக்கையில், ஆஸ்திகனே உரையாடலை அத்திசையில் செலுத்தினான்.

"மாதுலரே, எங்கள் குருநாதர் சண்டபார்க்கவரை அஸ்தினபுரியின் அரசரும், பாரதவர்ஷத்தின் சக்கரவர்த்தியுமான ஜனமேஜயன் தான் நடத்தவிருக்கும் பூத வேள்விக்கு ஹோதாவாக வரித்திருக்கிறார். குருகுலத்தில் இருக்கும் பெரும்பாலான சீடர்களோடு அவர் வடதிசை நோக்கிப் பயணம் தொடங்கிவிட்டார். ஆனால், நீங்கள் என்னை இங்கே அனுப்பும்படி குருதேவருக்கு குறிப்பாகச் சொல்லியனுப்பியிருந்ததால் அவர் என்னை மட்டும் இங்கே அனுப்பி வைத்தார். எனக்கென வேறேதோ பணியை நீங்கள் திட்டம் செய்துள்ளீர்கள் என நினைக்கிறேன். அது என்னவென்று உடனே சொன்னால் மகிழ்வேன்."

எதைப் பேச வேண்டுமோ அதை நேரடியாக, சுருக்கமாக, அதே நேரம் பணிவாக சொன்ன ஆஸ்திகனைப் பார்த்து, நாநலமுடையவன் இவன் என்று எண்ணிக் கொண்டார் வாசுகி. இவனது நாவன்மையின் மூலமே ஜனமேஜயனை வென்றாக வேண்டும் என்று எண்ணியவராய் சகோதரியின் முகத்தைப் பார்த்தார்.

"மைந்தன் நேரடியாகவே பேச்சைத் துவக்கி விட்டானம்மா... அவனுக்குரிய பணியை நீ சொல்கிறாயா அல்லது நான் சொல்லட்டுமா?"

"நானே சொல்கிறேன் அண்ணா" என்றுரைத்த மானசா, மகனை ஊன்றிப் பார்த்தாள். தன் கையால் உணவுண்டு வளர்ந்தபோது இருந்த குழந்தையல்ல இவன். காளைப் பருவம் எய்திவிட்டவன். முன்பிருந்த தோலின் சிவந்த நிறம் குறைந்து கருத்து, கடினமாகியிருந்த

போதும் முகத்தில் முன்னைக் காட்டிலும் கூடியிருந்த அறிவின் ஒளி அதற்கு ஈடு செய்துவிட்டிருந்தது.

உறுதியான தோள்கள், விரிந்த மார்பு, ஒடுங்கிய வயிறு, முழங்கால்களைத் தொடும்படியாக நீண்ட கரங்கள், நடந்து நடந்து காய்த்துப் போயிருந்த அழுத்தமான பாதங்கள் என்று ஆஸ்திகனின் தோற்றம் அவள் விரும்பிய வண்ணமே மாறியிருந்தது. இன்னொரு தாயாக இருந்தால், அவனுக்கு திருமணத்திற்கான திட்டங்களைத்தான் யோசித்திருக்கக் கூடும். ஆனால், மானசாவின் எண்ணங்களும், எதிர்பார்ப்புகளும் வேறாயிற்றே. அவற்றைப் பற்றி சற்று விளக்கமாகவே மகனுக்குச் சொல்லி விடுவதென்று முடிவு செய்து கொண்டாள்.

"ததா, விததா எனும் இரு மங்கையர் கருப்பும் வெள்ளையுமான நூல்களாகிய இரவையும் பகலையும் கொண்டு இடையறாது நெய்யும் துகிலே காலம் என்பர் பெரியோர்.

காலம் எனும் சக்கரத்தில் முன்னூற்று அறுபது நாட்களின் இரவு பகல்களைக் குறிக்கும் வண்ணம் எழுநூற்று இருபது ஆரக்கால்கள் உண்டு. அந்தச் சக்கரத்தின் மையமே ஒரு வருடம் ஆகிறது. சக்கரத்தின் சுற்றளவு பன்னிரெண்டு மாதங்களைக் குறிக்கிறது. அந்த காலச் சக்கரம் மாயத் திறன் கொண்டது. அழிவை அறியாதது. அனைத்து உயிரினங்களின் செயல்களுக்கான பலனை முடிவு செய்வது அந்த காலச் சக்கரமே. ஒரு போதும் அயராமல் சுழலும் அந்தச் சக்கரத்தின் சுழற்சியே காலமெனும் வெளி.

அந்தக் கால வெள்ளத்தில் நாம் செய்யும் ஒவ்வொரு செயலுக்கும் அதன் காரண காரியங்கள் எங்குள்ளது என்பதை நம்மால் அவ்வளவு எளிதில் உணர்ந்துவிட முடியாது. காரணமின்றிக் காரியங்கள் இல்லை. நன்றோ தீதோ, எப்படியிருப்பினும் செய்யும் கர்மங்களுக்கு விளைவுகள் இல்லாமல் போவதுமில்லை." இப்படிச் சொல்லிவிட்டு, பெருமூச்சு விட்டாள் மானசா. இந்த சிக்கலான கதையை எங்கிருந்து துவங்குவது என்று யோசித்தபடி மௌனத்தில் ஆழ்ந்தாள்.

அயோதௌம்யர் என்பவரின் சீடரான பைதர் எனும் ரிஷி, குருகுல வாசம் செய்யும்போது பல்வேறு சோதனைகளுக்கு ஆளானார். நாள் முழுவதும் எருதுபோல குருகுலத்திற்காக கடுமையாக உழைக்க வேண்டியிருந்தது. ஒருவிதத்தில் பார்க்கப் போனால், அவரது சக குருகுலவாசிகளான உத்தாலகனும், உபமன்யுவும் பட்ட அல்லல்களுக்கு இவரது நிலை எவ்வளவோ மேல். எல்லா சோதனைகளையும் தாங்கிக் கொண்டு குருபக்தியோடு சேவை செய்து அதன் மூலம் குருவருளைப் பெற்றார். அறிஞரான பின் அவர் முறைப்படி குருவால் விடை கொடுக்கப் பெற்று, இல்லறம் புகுந்தார்.

இப்போது பைதரிடம் ஜனமேஜயர், பௌஷ்யன் என்ற இரு க்ஷத்திரிய சீடர்களும், உதங்கர் எனும் அந்தணச் சிறுவனும் சீடனாகச் சேர்ந்தனர். அவரோ, தான் பட்ட இன்னல்களைத் தன் சீடர்களுக்குத் தர வேண்டாமெனும் நல்லெண்ணம் கொண்டவராக இருந்தார். கனிவோடு சீடர்களுக்கு கல்வியைக் கற்பித்தார். தன் மைந்தர்களைப் போலவே அவர்களை நடத்தினார். முதலிரு சீடர்களும் குருகுல வாசம் முடித்துச் சென்ற பின்னரும், உதங்கர் குருவினடத்திலேயே வசித்து வந்தார்.

வேள்வியொன்றினை நடத்தி வைப்பதற்காக பைதர் தூர தேசம் போக வேண்டியிருந்தபோது தன்

சீடனாகிய உதங்கரிடம் ஆசிரமத்தைப் பார்த்துக் கொள்ளச் சொல்லிச் சென்றார்.

ஆசிரமவாசிகளுக்கும், குருபத்தினிக்கும் தேவையான வேலைகளைப் பொறுப்புடன் செய்து கொடுத்து வந்தார். குருபத்தினி சுஜாதை, காலால் இட்ட வேலைகளைத் தலையால் செய்து முடித்தார் உதங்கர். உணவு நேரம் தவிர்த்து மற்ற நேரங்களில் ஆசிரமத்தின் வாயிலில் தியானத்தில் அமர்ந்திருந்த உதங்கரைச் சோதிக்க எண்ணினாள் சுஜாதை.

மறுநாள் காலையில் தனது பணிப்பெண்ணை உதங்கரிடம் அனுப்பி வைத்தாள்.

"பிராமணோத்தமரே, குருவின் கட்டளைகளை நீங்கள் சிறப்பாக நிறைவேற்றி வருகிறீர்கள். குரு செய்ய வேண்டிய எல்லா கடமைகளையும் தாங்களே செய்து வருகிறீர்கள். இன்னுமொரு முதன்மையான பணியை நீங்கள் செய்ய வேண்டியதுள்ளது. சுஜாதை தேவி அதை தங்களிடம் தெரிவிக்கவே என்னை அனுப்பினார்."

"அவர் கோரும் எதையும் செய்து தர வேண்டும் என்பதே எனக்கு குருநாதர் இட்ட கட்டளை. சொல்லுங்கள்."

"தேவி ருது ஸ்நானம் செய்து முடித்துவிட்டார். இந்தப் பருவம் வீணாகலாகாது. எனவே, நீங்கள் குருவின் இடத்திலிருந்து அவருக்கு கர்ப்பதானம் செய்விக்க வேண்டுமென்று எதிர்நோக்குகிறார்."

"இதென்ன விபரீதம்...! சுஜாதை தேவியா இப்படிச் சொன்னார்? குரு என்னை ஆசிரமத்தை நிர்வகிக்கச் சொன்னாரே அன்றி, இப்படியான நீசச் செயல்களைச் செய்யச்சொல்லிச் சொல்லவில்லை. ஒரு போதும் இப்படியான செயல்களைச் செய்து என் ஆன்மாவில் பாவக்கறையை ஏற்றிக் கொள்ளமாட்டேன்."

"ஒரு பெண் தன் விருப்பத்தைச் சொல்லும்போது, மறுப்பது அறமல்ல. உம் குருவின் அனுமதியும் இருக்கும்போது, இப்படி விலகிச் செல்வது அறிவீனம்"

"பெண்களிடம் அறிவுரை கேட்டு எதையும் செய்பவனல்ல நான். குருநாதர் இல்லத்தைக் காக்கும்படி சொல்லிச் சென்றாரே அன்றி, மாசுபடுத்த அனுமதித்துச் செல்லவில்லை. குரு பத்தினி என்பவள் சீடனுக்கு அன்னையே. மேலும் மேலும் இப்படித் தகாத சொற்களைப் பேசிக் கொண்டு இங்கு நில்லாது அகல்க."

என்றுரைத்து, சினத்தோடு திரும்பிக் கொண்ட உதங்கரைப் பார்த்துப் புன்னகைத்தது திண்ணைச் சாளரத்தின் இருள்.

சின்னாட்களில் பைதர் திரும்பி வந்தார். அவர் சென்ற வேள்வி கனிந்திருந்தது. அவருக்குக் கொடையாக அளிக்கப்பட்டிருந்த ஆயிரம் காராம் பசுக்கள் கொண்ட மந்தையும் அவரைத் தொடர்ந்து ஆசிரமத்தை அடைந்தபோது அனைவருக்குமே மகிழ்வு பெருக்கெடுத்தோடியது. மகிழ்வான மனநிலையில் உதங்கரை அழைத்தார் குரு.

"மைந்தா, இது நாள் வரை உன்னிடம் சொன்ன சொற்கள் எவையும் வீணாகாது அள்ளிப் பருகி அறிவைப் பெருக்கிக் கொண்டாய். என் தேவைகளை என் சித்தம் உணரும் முன்னரே அறிந்து கொண்டு, அவற்றைக் கொண்டு வந்து படைத்தாய். இச்செயல்கள் அனைத்தையும்விட சுஜாதை, உனக்கு இட்ட அனல் சோதனையிலும் ஜெயித்து புலனடக்கம் கொண்ட ஜிதேந்திரியன் என்று உணர்த்தினாய். நான் மிகவும் மகிழ்ந்துள்ளேன். உன் கல்வி நிறைவு பெற்றதென சான்றுரைக்கிறேன். நீ இல்லறம் புக நேரம் வந்துவிட்டது. குருகுலத்திலிருந்து கிளம்பி உன் பெற்றோரிடம் செல்வாயாக."

"எனக்கான நற்தருணம் வாய்த்ததை எண்ணி மகிழ்கிறேன் குருவே. தங்களுக்குத் தர வேண்டிய குரு காணிக்கை என்னவென உணர்த்துங்கள். அதைத் தந்த பின்னரல்லவா என் கல்வி முழுமை பெறும்?"

உதங்கரின் ஏழ்மை புரிந்தவர் என்பதால், பைதர் சற்றுத் தயங்கினார்.

"உதங்கா, உனது பணிவிடைகளே எனக்குப் போதுமான காணிக்கையென்று கொள்கிறேன். நீ வேறெதுவும் தரத் தேவையில்லை."

"காணிக்கை அளிக்காது பெறும் கல்வி நிலைக்காது என்பர் பெரியோர். குருவுக்குப் பணிவிடை செய்வது என்பது சீடனாகியவனின் அடிப்படைக் கடமைகளில் ஒன்று. அதற்கும் காணிக்கைக்கும் ஈடுகட்ட முடியாதே? குரு, சீடன் இருவரில் தன் அறத்தை விட்டவர் எவராயினும் துவேஷத்தை அடைவதோடு இறந்தும் போவார் என்கின்றன சாஸ்திரங்கள். தாங்கள் பெருந்தன்மையாலும், என் மீதான பெருங்கருணையாலும்

காணிக்கையை மறுத்தாலும், ஏழ்மை கருதி நான் அதை ஏற்றுக் கொண்டாலும், அதெல்லாம் அறமீறலே ஆகும். எனவே, நான் அளிக்க வேண்டிய காணிக்கை என்னவென்று தயைகூர்ந்து சொல்லுங்கள்"

இப்படியாக பைதர் மறுக்கவும், உதங்கர் வற்புறுத்தவுமென நீண்ட உரையாடலில் ஒரு முடிவும் எட்டாமல் அலுத்துப் போன குருவானவர், "சரி, நீ உள்ளே சென்று சுஜாதையிடம் அவளுக்கு ஏதேனும் வேண்டுமா என்று கேட்டறிந்து வா. அவள் சொல்லும் காணிக்கையைக் கொண்டு வந்து கொடுத்து, உன் குருகுல வாசத்தை நிறைவு செய்து கொள்." என்றார். இவனால் இயன்றதான எளிய காணிக்கையைக் கண்டறிந்து கேட்டு, அவனது தன்னுணர்வையும் நிறைவு கொள்ளச் செய்துவிடுவாள் சுஜாதை, என்று நம்பினார்.

பௌஷ்ய ராஜனும் அவனது பட்ட மகிஷியான மதயந்தியும் சென்ற முறை குருவைக் கண்டு வணங்கிச் செல்ல வந்திருந்தபோது, மதயந்தியின் காதணிகள் தன் கருத்தைக் கவர்ந்ததை நினைவு கூர்ந்தாள் சுஜாதை. குரு பத்தினி எனும் நிலையில் ஒரு சிறு நகையைத் தன் சீடனின் மனைவியிடம் இரப்பது தன் கணவரின் பெருமைக்கு இழுக்கு எனும் எண்ணத்தால் அப்போது தன் ஆசையை அடக்கிக் கொண்டாள்.

உதங்கனோ அந்தண இளைஞன். குரு காணிக்கைக்கென இரப்பது அவனுக்கு இழுக்குமல்ல. எனவே, அப்பணியையே உதங்கனுக்கு கட்டளையாக இட்டாள்.

"சர்மண்வதி நதி தீரத்திலிருக்கும் தசார்ண தேசத்தரசன் பௌஷ்யனை அறிவாயல்லவா?"

"ஆம்! அன்னையே, அவ்வரசர் நம் குருகுலத்தில் எனக்கு முன்னர் பயின்றவரல்லவா? சென்றமுறை குருவருள் பெற அவர் வந்திருந்தபோது, அவருக்கான பணிவிடைகளை நானே முன்னின்று செய்தேன்."

"ஆம், அவரது பத்தினியாகிய அரசி, மதயந்தி காதில் அணிந்திருந்த குழைகள் மிகுந்த வேலைப்பாடு உள்ளவையாகவும், கண்ணைக்

கவர்வதாகவும் இருந்தன. குரு பத்தினி எனும் நிலையிலிலிருந்து அவளிடம் யாசிப்பது இழுக்கு என்பதால், நான் அவற்றைக் கேட்கவில்லை. நீ இன்னமும் குருகுலவாசம் செய்பவன். பிகைஷயெடுப்பது உனக்கு விதிக்கப்பட்ட தர்மம்தான். ஆகவே, நீ சென்று அந்த அரசனிடமிருந்து அக்குழைகளை இரந்து பெற்று வா. வரும் ஆஷாட பௌர்ணமியில் தொடங்கி, நான்கு மாதங்கள் நீளும் சாதுர்மாஸ்ய விரதத்தின்போது நம் ஆசிரமத்தில் நிறைய அதிதிகள் தங்குவார்கள். அவர்களுக்கான பணிவிடைகளின்போது அக்குழைய அணிந்து கொள்ள விரும்புகிறேன்.''

''உத்தரவு அன்னையே. நான் விரைந்து சென்று நீங்கள் விரும்பும் அணிகளைப் பெற்று வருகிறேன்.'' சொல்லிவிட்டு வெளியேறிய உதங்கரைப் பார்த்து பெருமூச்செறிந்தார் திண்ணையில் அமர்ந்திருந்த பைதர். காலப் பெருவெளியெனும் பாதையில் சற்று மேடேறி நின்று பார்ப்பவர்களுக்குக் கண்ணில் படுவதெல்லாம் வெறுமை மட்டுமே.

குருகுலம் அமைந்திருந்த காட்டிலிருந்து வெளிவந்து, தாசர்ண தேசத்தை நோக்கி நடக்கத் துவங்கினார் உதங்கர்.

தா சர்ணதேசத்து அரசன் பௌஷ்யனையும், அவனது பட்டமகிஷியான மதயந்தியையும் சந்திப்பது உதங்கருக்குச் சிரமமாக இருக்கவில்லை. முதலில் பௌஷ்யனைச் சந்தித்து, தன் நோக்கத்தைச் சொன்னார்.

அவரோ, "நீங்களே நேரடியாகச் சென்று அரசியிடம் கேட்டுப் பெற்றுக்கொள்ளுங்கள். நம் குரு பத்தினியின் செவிகளை அலங்கரிக்க அந்தக் குழைகள் புண்ணியம் செய்திருக்க வேண்டும். ஆனால்.." என்று எதையோ பாதியில் நிறுத்தித் தலையசைத்துவிட்டு, "அவளிடமே பேசிக் கொள்ளுங்கள்" என்று முடித்துவிட்டார்.

பேசுவது இன்சொற்களாக இருந்தாலும், உள்ளூர இந்த அரசனுக்குத் தானம் செய்வதில் அவ்வளவாக விருப்பமில்லை போலிருக்கிறதே என்று எண்ணியவாறே அந்தப்புரத்திற்குள் நுழைந்தார் உதங்கர்.

முதலில் எதிர்ப்பட்ட சேடிப் பெண், அவரை வரவேற்று ஆசனத்தில் அமரச் சொல்லி உபசரித்தாள். சில நொடிகளில் உள்ளிருந்து அரசி பரபரப்புடன் வெளியே வந்தாள்.

"வாருங்கள் உதங்கரே. அரசர் தாங்கள் வந்த நோக்கத்தைச் சொல்லியனுப்பினார். அந்தக்

குழைகளைக் கருவூலத்திலிருந்து கொண்டு வரச் சொல்லி அலுவலரை அனுப்பியிருக்கிறேன். அதைத் தங்களுக்குத் தானமளிப்பதில் எனக்கு எந்தத் தடையுமில்லை. ஆனாலும், வேறொரு முக்கிய சிக்கலிருக்கிறது."

ஏதேது, இருவருக்குமே இந்த தானத்தில் விருப்பமில்லை போலிருக்கிறதே. எப்படி நாம் நமது குரு காணிக்கையை அளித்து மீள்வது என்று மனதுக்குள் சோர்வடைந்தார் உதங்கர். அரசி சொல்ல வந்ததோ வேறு.

"உதங்கரே, இந்தக் குழைகளைப் பற்றி ஒரு முக்கிய செய்தியை நான் சொல்லிவிடுகிறேன். நாகர் குலத்தரசன் தட்சகனைப் பற்றி நீங்கள் கேள்விப்பட்டிருப்பீர்கள். அவனது துணைவியான நாகினிக்கும் இக்குழைகளின் மீது பெருவிருப்பமிருக்கிறது என்று ஒற்றர்களின் தகவல். என்னைத் தவிர வேறு யார் வசம் இக்குழைகள் இருந்திருந்தாலும் இவை களவு போயிருக்கும்."

என் கற்பின் திறத்தால் என்னிடமிருந்து இதைக் களவாடும் ஆற்றல் அந்த தட்சகனுக்கும் இல்லை என்று நேரடியாகச் சொல்லாது தவிர்த்த அவ்வரசியின் தன்னடக்கத்தைக் கண்டு மனதுக்குள் வியந்தும், மகிழ்ந்தும் கொண்டார் உதங்கர்.

"மீண்டும் நமது குரு அன்னையின் காதுகளில் இக்குழைகள் தஞ்சம் புகுந்துவிட்டால் அதன் பிறகு களவு பற்றி அஞ்சத் தேவையிராது. நடுவில் நீங்கள் கொண்டு செல்லும் பயணத்தில் மட்டும் கொஞ்சம் கவனத்தோடு இருங்கள். நாகர்களின் மாயங்கள் நம் கற்பனைக்கும் எட்டாதவை."

"கவலை வேண்டாம் தேவி. என் உயிர்போல காத்து, இக்குழைகளை குரு அன்னையிடம் சமர்ப்பிப்பேன். அதுதான் என்கல்விக் கடனை அடைப்பதற்கு இருக்கும் ஒரே வழி என்பதால் விழிப்புடன் இருப்பேன்."

"அது போதும்"

ஏவலன் ஒருவன் ஒரு தாலத்தில் அழகிய சிறிய மரப்பேழை ஒன்றினை எடுத்து வந்தான். அந்தப் பேழையைக் கையிலெடுத்து அதனைத் திறந்து காண்பித்தாள் மதயந்தி. குழைகளை அசையாமல் பதித்து வைக்கும்படி வடிவமைக்கப்பட்டிருந்த அந்தப் பேழைக்குள் பஞ்சுப் பொதியின் மேல் செந்நிறக் கற்கள் பதித்த, அந்த அழகிய குழைகள் அமர்ந்திருந்தன. நாகரினத்தின் வரலாற்றில் தனது

முக்கியத்துவம் எத்தகையது என்றறியாத அந்த அஃறிணைப் பொருட்கள் ஒளியை வாரி வீசியபடி இருந்தன.

அவற்றை உதங்கரிடம் காட்டிவிட்டுப் பேழையை மூடினாள் அரசி. இந்தக் குழைகளைத் தங்களுக்குத் தானமளிக்கிறேன் என்று சொல்லி, தாம்பூலத்தையும் அப்பேழையையும் சேர்த்து அந்தத் தாலத்தோடு உதங்கரிடம் நீட்டினாள். அதைப் பெற்றுக் கொண்டு, அவளுக்கு ஆசிகளை அளித்துவிட்டு அந்தப்புரத்திலிருந்து உதங்கர் கிளம்பி, பௌஷ்யனிடமும் வந்து விடைபெற்றார். "தங்களுக்குத் தேவையான வாகனம் எதுவென்று தெரிவித்தால் ஏற்பாடு செய்து தருகிறேன் உதங்கரே." என்றார் அரசர்.

"நான் அமைச்சுப் பணி ஏற்றுக்கொண்ட லோகாதய பிராமணன் அல்ல அரசே! வைதீக பிராமணன்... ஊர்திகளில் ஏற ஒப்புதலில்லை."

"எல்லா விதிகளுக்கும் அவசர காலத்தில் விலக்கு உண்டல்லவா? குரு அன்னை விரத காலத்திற்கு முன்னர் உங்களை எதிர்நோக்கியிருப்பாரே என்பதற்காகச் சொன்னேன்."

"ஆஷாட பௌர்ணமிக்கு இன்னமும் காலமிருக்கிறது அரசே. நான் விரைந்து நடந்து ஆசிரமத்தை அடைந்துவிடுவேன்."

"உங்கள் விருப்பம்போலச் செய்யுங்கள் உதங்கரே"

தா சர்ண தேசத்திலிருந்து கிளம்பிய உதங்கர், சில காத தூரம் நடந்து அடர் காட்டுக்குள் நுழைந்தார். வளைந்து வளைந்து சென்று கொண்டிருந்த சாலையில், தன்னை யாரோ பின் தொடர்வதுபோலத் தோன்ற அவ்வப்போது திரும்பிப் பார்த்தார். வழக்கம்போல மாற்றுடைய வைத்துக் கட்டின சஞ்சியை மட்டும் கையில் சுமக்கும் பயணமாக இருந்தால் எதைப் பற்றியும் கவலையில்லை. இப்போதோ குரு பத்தினிக்குக் காணிக்கையாக்க வேண்டிய விலைமதிப்பற்ற ஆபரணம் கைவசம் உள்ளது. இப்போது பின்னால் வரும் காலடிச் சத்தம் இவருக்கு இடிபோல ஒலித்தது. வருபவர் யாராயினும் காட்டு வழிப் பாதைக்கு வழித்துணையாக இருந்தால் நன்றாக இருக்கும். அதைவிட வருவது கள்வராக இல்லாமலிருந்தாலே போதும்.

ஏதேதோ சிந்தனைகளோடே நடந்தவர் அந்தக் காலடிச் சத்தம் ஓய்ந்துவிட்டிருப்பதை உணர்ந்தார். அதே நேரம் சூரியனும் மேலைத் திசையில் மறையத் துவங்கிவிட்டிருந்தான். பின் தொடர்பவரைப் பற்றிய கவலையை மறந்து நீர் நிலைகள் ஏதேனும் தென்படுகின்றனவா என்று தேட ஆரம்பித்தார் உதங்கர். அவரை அதிகம் அலையவிடாது பாதையின் அருகிலேயே சுனையொன்று ஊறித் ததும்பியது. கரையிலிருந்த

பாறையில் தனது மூட்டையை வைத்துவிட்டு, அங்க சுத்தி செய்து கொள்ள நீரிலிறங்கினார்.

இப்போது அதே காலடியோசை சற்று விரைந்து வருவதுபோல் கேட்டது. நீருக்குள்ளிருந்தே திரும்பிப் பார்த்த உதங்கர், முண்டனம் செய்த தலையுடனும், ஆடையற்ற உடலுடனும் ஒரு மனிதன் வேகமாய் வந்து தனது மூட்டையைப் பிரித்து அதற்குள்ளிருந்த ஆபரணப் பெட்டியை எடுத்துக் கொண்டு பாதையில் ஓட்டமும் நடையுமாகச் செல்வதைப் பார்த்தார். அனுஷ்டானங்களை பாதியில் விட்டுவிட்டு வர முடியாத சூழலில் வெகு வேகமாக தன் கடமைகளை முடித்துக் கரையேறினார்.

பாதையில் அந்த மனிதன் சென்ற திசையில் ஓட்டமும் நடையுமாக விரைந்தவர் தொலைவில் அந்த உருவம் செல்வதைப் பார்த்ததும் தன்னை மறந்து ஓடத் துவங்கினார். ஓரளவு கண்களுக்கு உருவம் தெளிவாகத் தெரியும் அளவு அவனை நெருங்கியபோது, அவன் வேகமாய் சிறுத்து, ஒரு நாகமென மாறி அங்கிருந்த புற்று ஒன்றில் இறங்கியதைப் பார்த்து அதிர்ந்தார் உதங்கர். அரசி மதயந்தி தனக்குத் தந்த எச்சரிக்கைகளை நினைத்துப் பார்த்தார்.

தயாள குணமும், தர்ம சிந்தனையும் நிறைந்த அந்த அரசி அத்துணை தூரம் அறிவுரைகள் சொல்லியும் தான் அஜாக்கிரதையாக இருந்துவிட்டதை எண்ணி நாணினார். வெட்கம் சினமாக மாறியது. அருகிலிருந்த மரத்திலிருந்து ஒரு கிளையை உடைத்து, அந்த தடியின் மூலம் அந்தப் புற்றை அடித்து உடைத்தார். அந்தப் புற்று பாதாளத்திற்கான வாயில் என்பதை உணர்ந்து அதே குச்சியால் அங்கே பூமியைத் தோண்டத் துவங்கினார்.

கதிரவன் முற்றிலும் மறைந்து இருள் மூண்டதைப் பற்றியெல்லாம் கவலைப்படாது அந்தக் காதணிகளை மீட்பது ஒன்றே நோக்கமாகக் கொண்டு உதங்கர் பூமியைத் துளைக்கலானார். நாட்கணக்காக, இரவு பகலாக சற்றும் தளராமல் அவர் அங்கே சுரங்கம் தோண்டிக் கொண்டிருந்தபோது, அப்பாதையில் குதிரையில் ஆரோகணித்த ஒரு வீரன் வந்தான்.

உதங்கரின் செயலைப் பார்த்து இரங்கி அவரருகே வந்த அவ்வீரன், என்னவாயிற்று என விசாரித்தான். உதங்கரும் நடந்ததெல்லாம் கூற, அவ்வீரன் சிரித்தான். இந்தச் சிறிய தடியால் தோண்டி, பாதாளம் செல்ல முயற்சிக்கும் உங்களைப் பார்த்தால் பரிதாபமாக உள்ளது என்று கூறி, தானே உதவ முன் வந்தான்.

குதிரையில் தொங்கிய வில்லை எடுத்து வந்தான். ஆக்னேயாஸ்திரத்தை அதில் பூட்டி, அதற்குரிய மந்திரங்களை உச்சரிக்கத் தொடங்கினான். அதற்குள்ளாக புற்றுக்குள்ளிருந்து நாக வடிவில் வெளியே வந்து, நொடியில் மனித உருவம் பெற்ற தட்சகன் உதங்கரிடமும், அவ்வீரனிடமும் மன்னிப்புக் கேட்டதோடு அக்குழைகளையும் உதங்கரிடம் சமர்ப்பித்தான்.

'சரி, பிழைத்துப் போ' என்று இருவரும் அனுமதி அளித்ததும், தட்சகன் மீண்டும் புற்றுக்குள் பதுங்கினான்.

இப்போதுதான் உதங்கர் சூழலை உணர்ந்தார். புற்றைத் தோண்டிக் கொண்டிருந்ததில் நாட்கள் பறந்தோடியிருந்தன. சுஜாதை குறிப்பிட்ட விரத நாள் நெருங்கிக் கொண்டிருந்தது. இன்னும் போக வேண்டிய தூரமோ பல காத தூரம். எண்ணி ஏங்கிக் கொண்டிருந்த உதங்கரிடம் குதிரை வீரன் "நீங்கள் செல்ல வேண்டிய இடத்தைச் சொல்லுங்கள், கண் மூடிக் கண் திறப்பதற்குள் உங்களை அங்கே இருக்கச் செய்வேன்" என்றான்.

நம்ப முடியாமல் பார்த்தவருக்கு முன் அவ்வீரன் இந்திரனாகவும், அக்குதிரை அக்னியாகவும் காட்சியளித்தனர். தேவர்களைக் கண்டதில் மகிழ்ந்த உதங்கர், அவர்களின் உதவியோடு குருகுலத்தை அடைந்தார். உரிய காலத்தில் சுஜாதையிடம் குழைகளைச் சமர்ப்பித்து அவளது ஆசியையும், அவளது மகிழ்வு கண்டு திருப்தியுற்ற பைதரிடமிருந்தும் ஆசிகளைப் பெற்று தன் கல்வியை நிறைவடையச் செய்தார் உதங்கர்.

உதங்கரின் குருகுலவாசம் முடிந்த கதையைச் சொன்ன மானசாவைப் பார்த்து ஆஸ்திகன், "இப்போது அத்யயனம் முடித்து வந்திருக்கும் என்னைப் போலவா அம்மா?" என்றான்.

"இல்லை குழந்தாய், நீ குருகுலவாசத்தை எவ்விதச் சிக்கலும் இல்லாமல் முடித்துவிட்டாய்; உன் குருவுக்குத் தரவேண்டிய காணிக்கைகளை அவர் மனம் நிறையும் வண்ணம் கொடுத்து, அவரது ஆசிகளைப் பெற்றுத் திரும்பி வந்திருக்கிறாய்... உன் மாதுலரும், என் தமையனுமான அரவரசன் வாசுகியின் அருளால் பொருட்செல்வத்துக்கு உனக்கு எக்குறையும் இல்லை என்பதால், நீ சலனமற்ற மனதுடன், இனிமையாய் உன் கல்வியைப் பெற்று வந்திருக்கிறாய்.

உதங்கரோ ஏழை. அவரது குரு அதைப் பொருட்படுத்தாவிடினும் அவருக்குள் அந்த தாழ்வுணர்ச்சி இருந்து கொண்டே இருந்தது. அவரும் குருவின் மனம் நிறைவுறும்படி குருகாணிக்கை கொடுத்தார். ஆனாலும், அது அவரது பூர்வீக ஆஸ்தியிலிருந்தோ அல்லது தன் உழைப்பாலோ தந்தது இல்லை, தானமாகப் பெற்றுத்தான் தர வேண்டியிருந்தது. அதற்கும்தான் எத்தனை தடைகளை எதிர்கொள்ள வேண்டி இருந்தது? இதெல்லாம் அவரது மனதை நோகச் செய்தன.

நொய்ந்த மனமே விரைவில் வஞ்சத்தில் விழும். உதங்கரும் தட்சகனிடம் மாளா வஞ்சம் கொண்டார். அவனை அழிக்க முடிவெடுத்தார். அதன் பயனே இப்போது உன் குருதேவர் தலைமையில் மையம் கொண்டிருக்கும் ஜனமேஜயனின் சர்ப்ப சத்திர வேள்வி."

"என்ன, ஜனமேஜய அரசன் நடத்தவிருப்பது சர்ப்பசத்திர வேள்வியா? எளியதொரு வைதீகனான உதங்கரின் வன்மமா, பாரத வர்ஷம் முழுக்கச் செழித்து நிற்கும் நாகர் குலத்துக்கு ஆபத்தை வரவழைத்திருக்கிறது?"

"ஒவ்வொரு செயலுக்கும் பல்வேறு காரணங்கள் உண்டு ஆஸ்திகா. இந்த வேள்வியை ஜனமேஜயன் செய்வதும், உதங்கர் அதற்கு அவரைத் தூண்டியதும் எல்லாமே முன்னரே தீர்மானமானவைதான்."

புரியாமல் பார்த்த ஆஸ்திகனைப் பார்த்து கனிவோடு சிரித்தவள், "இது இன்னமும் பெரிய கதை. இப்போதே அத்தனையையும் முடிக்க முடியாது. வெளியே உன் மாதுலர்களுக்கும் மற்றவர்களுக்குமான விருந்து காத்திருக்கிறது. உனக்கான மரக்கறி உணவை நம் அடுமனையில் சித்தமாக்கி வைத்திருக்கிறேன். முதலில் எல்லோரும் உணவை உண்டு முடிப்போம். பிறகு மீதிக் கதையைச் சொல்கிறேன்." என்று அவன் கரங்களைப் பற்றி எழுப்பினாள்.

வாசுகியும், ஏலாபத்திரனும் மன்றுக்கும், அன்னையும் மகனும் உள்ளறைக்குமாகச் சென்றனர்.

உதங்கர் அஸ்தினபுரியை அடைந்தபோது ஜனமேஜயன், தட்சசீலத்தை வெற்றிகொண்டுவிட்டு அப்போதுதான் பட்டினப்பிரவேசம் செய்தார். வெற்றிக் கொண்டாட்டத்தின் ஒரு பகுதியாக, அரண்மனையில் குடிமக்கள் அனைவருக்கும் பரிசில்கள் வழங்கப்படுமென்று அறிவிப்பு வந்தது. அந்தணர் வரிசையில் நின்ற உதங்கர் தன் முறை வருவதற்காகக் காத்திருந்தார். ஒவ்வொரு அந்தணருக்கும் இரு கைகளாலும் கூடுமான அளவு தங்க நாணயங்களை அள்ளி அள்ளிக் கொடுத்துக் கொண்டிருந்தார் அரசர். அந்தணர்கள் தங்கள் உத்ரீயத்தை விரித்து அவற்றைப் பிடித்து வாங்கிக் கொண்டனர். ஏவலர் ஒருவர் தாலத்தில் மங்களாட்சதையை வைத்துக் கொண்டு நின்றார். ஒவ்வொருவராக நாணயங்களை வாங்கி முடிந்து கொண்டபின், அந்த அட்சதையை எடுத்து அரசருக்கு ஆசியளித்துவிட்டு மேடையிலிருந்து இறங்கிக் கொண்டிருந்தனர். உதங்கரின் முறை வந்தது.

"காலுக்கு கீழிருக்கும் மண்ணைப் பறித்துக் கொண்டிருக்கும் எதிரியை விட்டுவிட்டு, எங்கோ இருக்கும் தேவையற்ற எதிரிகளையெல்லாம் வென்றிருக்கும் உனக்கு என் ஆசிகள்." என்றவாறே தானத்தை வாங்காமல், அட்சதையை மட்டும் தூவிவிட்டு உதங்கர் மேடையிலிருந்து கீழிறங்கினார். சுற்றிலுமிருந்த மந்திரி பிரதானிகள் அச்சமும்,

பரபரப்பும் அடைந்தனர். ஜனமேஜயனோ அதிர்ச்சி அடைந்தார். அருகிலிருந்த பிரதம அமைச்சர் பத்ரரை அழைத்து, உதங்கரை மீண்டும் அழைத்துவரச் சொன்னார். தனது இளவலான உக்கிரசேனை பந்தலில் அமர்ந்து தானங்களைத் தொடரச் சொல்லிவிட்டு, உதங்கரைத் தனியாகச் சந்திக்கச் சென்றார்.

அறைக்குள் நுழைந்த உதங்கர், மன்னனுக்கு ஆசியளித்துவிட்டு, அவர் காட்டிய ஆசனத்தில் அமர்ந்தார்.

"பந்தலில் ஏதேதோ சொன்னீர்களே, எனக்கு அதொன்றும் புரியவில்லை. அதைக் கொஞ்சம் விளக்கமாய் சொல்லுங்கள் ஸ்வாமி."

அமைதியாய் ஜனமேஜயனை சற்று உற்றுப் பார்த்தார் உதங்கர். பயபக்தியோடு தன்னையே பார்த்துக் கொண்டிருக்கும் அரசனின் கண்கள் சூதற்றவையாக இருந்தன.

"அரசே, உன் குல வரலாற்றை அறிவாயா? குறிப்பாக, உன் தந்தையின் மரணம் எப்படி சம்பவித்தது என்று தெரியுமா?"

சற்று வேதனையுடன், "அவருடையது துர்மரணம்தான் ஸ்வாமி. நாகம் தீண்டி உயிரிழந்தார். அப்போது நான் சிறுவனல்லவா? அவரது முகத்தைக்கூட நான் கடைசியாகப் பார்க்கவில்லை. என்னிடமிருந்து தர்ப்பைப் புல் பெற்றுக் கொண்டு என் சிறிய தந்தையாரே காரியங்களைச் செய்தார்." என்றார் அரசர். அந்தத் துயர நினைவுகளில் அவர் முகம் கசங்கியது.

"நான் எண்ணியது போலவே உனக்கு முழுமையான விவரம் சொல்லப்படவில்லை. எதேச்சையாக நடந்த நாகத் தீண்டலால் ஏற்பட்ட விபத்தல்ல உன் தந்தையின் மரணம். அது ஒரு திட்டமிட்ட சதி. உன் கொள்ளுப்பாட்டனாரான அர்ஜுனர் காலத்தில் தோன்றியது அந்த சிக்கலின் வித்து."

ஜனமேஜயன் சோகத்தை ஒதுக்கி வைத்துவிட்டு, உதங்கர் சொல்லும் விஷயங்களை கிரஹித்துக் கொள்ளத் தயாரானான். சில நொடிகளுக்கு முன் சிறு பிள்ளைபோல கலங்கி நின்றவனா என்று வியக்கும்படியாக இருந்தது அவனது முக மாறுதல்கள்.

"பெயரளவில் உன் குல மூதாதையர்களின் பட்டியலை அறிந்திருப்பாய். அவர்களின் வரலாற்றை எவ்வளவுக்கு நீ தெரிந்து வைத்திருக்கிறாய் என்று நான் அறியேன்.

குருகுல இளவரசர்களில் யுதிஷ்டிரனே வயதில் மூத்தவன் என்பதாலும், அரச்செல்வன் என்று குடிமக்களால் கொண்டாடப்பட்டதாலும், அவன் தந்தை பாண்டு துறந்துவிட்டுப் போன மணிமுடி அவனைத் தேடி வந்தது. அவனது சகோதரர்களில் பீமசேனன் ஒப்பாரும் மிக்காரும் இல்லாத தோள் வலிமை கொண்டிருந்தான். அர்ஜுனனோ கூர்த்த மதியுடன், நினைத்ததை அடையும் வில்லாற்றலுடன் சிறந்திருந்தான். மாற்றாந்தாய் மக்கள் எனும் நினைவே இல்லாமல் அவர்களோடு ஐக்கியப்பட்டு நின்றனர் நகுலனும் சகாதேவனும்.

இவர்களைக் கண்டு பொறாமை கொண்ட துரியோதனன், முதலில் பிரமாணகோடியில் பீமனை மட்டும் நஞ்சூட்டி அழிக்கப் பார்த்தான். பிறகு அறுவரையுமே வாரணாவதத்தில் அரக்கு மாளிகையில் வைத்து எரிக்க முயன்றான். அனைத்து இக்கட்டுகளில் இருந்தும் பாண்டவர்கள் புத்தி யுக்திகளாலும், ஈசுவரக் கிருபையாலும் தப்பி வந்தார்கள்.

பாஞ்சாலத்தரசன் துருபதனின் மகளாகிய திரௌபதியை சுயம்வரத்தில் உன் கொள்ளுப்பாட்டனார் அர்ஜுனன் வென்றார். அவளை ஐந்து சகோதரர்களும் மணந்து பட்டமகிஷியாக்கினர். இதற்குப் பிறகும் ராஜ்யப் பிரச்சனையைத் தவிர்க்க முடியாது என்பதால், திருதராஷ்டிரரும், துரியோதனன் உள்ளிட்ட கௌரவர்களும் நாட்டைப் பிரித்துத் தர ஒப்புக் கொண்டனர்.

அப்படிப் பிரிக்கையில், குரு ஜாங்கலமெனும் தேசத்தில் ஏற்கனவே நகரங்களாகவும், கிராமங்களாகவும், உருவாக்கப்பட்ட பண்பட்ட வளமான நிலப் பரப்பை தன் மகனுக்கென ஒதுக்கிய திருதிராஷ்டிரன், மாபெரும் வனப்பகுதியை உள்ளடக்கிய காண்டவப் பிரஸ்தம் எனும் உத்திர குரு நாட்டை தன் தம்பி மகன்களுக்குப் பகிர்ந்தளித்தார்.

காடு திருத்தி கழனியாக்கவும், தலைநகரை நிர்மாணிக்கவும் வேண்டியிருந்த பாண்டவர்கள் அதற்கென காண்டவ வனத்தை அழிக்க முடிவு செய்தனர். கிருஷ்ணரின் வழிகாட்டுதலோடு அர்ஜுனன் காண்டவ வனத்தை தீமூட்டி அழிக்க, அத்தீயில் அங்கிருந்த தட்சகன் எனும் நாகனின் குடிகள் அனைவரும் அழிந்தனர்.

தட்சகன் மட்டும் அந்த வேளையில் வனத்தை விட்டு வெளியே சென்றிருந்தான். அவனது மகனாகிய அஸ்வசேனன், அசுரனாகிய

மயன், மந்தபால ரிஷியின் பிள்ளைகளாகிய நான்கு சார்ங்கப் பறவைகள் ஆகியோர் மட்டுமே அந்தக் காண்டவ வன எரி நிகழ்வில் தப்பியவர்கள். அவர்களில் அஸ்வசேனன் அடங்காத வஞ்சத்தோடு கௌரவர்களின் மித்திரனாகிய கர்ணனிடம் சென்று தன்னை அஸ்திரமாகப் பயன்படுத்திக் கொள்ளச் சொல்லி நின்றான். நாகபாசனாகிய கர்ணன், அவனை குருக்ஷேத்திரப் போரில் அர்ஜுனன் மீது ஏவ, கிருஷ்ணரின் அருளால் அர்ஜுனன் தப்பினான். தட்ச புத்திரன் மாண்டான்.

தன் வனத்தையும், இனத்தையும் அழித்து, தன் மகனின் இறப்புக்கும் காரணமாக அமைந்த அர்ஜுனனின் மேல் தட்சகன் கொண்டிருந்த வெறுப்பு முழுமையும் உன் தந்தையாகிய பரிட்சித்துவின் மேல் வந்து சேர்ந்தது."

குல வரலாற்றை பெயர்ப் பட்டியலாகவே அன்று வரை அறிந்திருந்த ஜனமேஜயன், அதனுள் நுரைத்துப் பொங்கும் வஞ்சத்தையும், அது தலைமுறைகள் தோறும் தொடரும் விதத்தையும் கேட்டு பிரமித்து நின்றான்.

"உன் கொள்ளுப் பாட்டனாகிய அர்ஜுனன் நிறைவாழ்வு வாழ்ந்து முடித்து, பின்னர் மகாபிரஸ்தானம் ஏகினார். உன் பாட்டனாகிய அபிமன்யுவோ போர்க்களத்தில் வீர மரணம் எய்தி, வீர சொர்க்கத்தை அடைந்தார். அம்மரணங்கள் எல்லாம் க்ஷத்திரியர்களுக்குத் தகுதியானவையே. ஆனால், உன் தந்தைக்கு நடந்ததோ கடுமையான துரோகமும், வஞ்சகமுமான துர்மரணம். அதற்கு எல்லா விதத்திலும் காரணமானவன் தட்சகன் எனும் நாகன். இப்போது அவன் இக்ஷுமதி நதிக்கரையில், மீண்டும் பெருகிய தன் கூட்டத்தாரோடு சுகமாக வசித்து வருகிறான்."

"என் பிதாவின் மரணத்தில் நடந்த துரோகம் என்ன? அந்த விஷயத்தைத் தாங்களே எனக்கு விவரமாகச் சொல்ல வேண்டும்" என்று அடக்கப்பட்ட சினத்தோடு சொன்னான் ஜனமேஜயன்.

மனதுக்குள் புன்னகைத்தபடி உதங்கர் கதையைத் தொடர்ந்தார்.

"உன் பாட்டியான உத்தரை, உன் தந்தை பரிட்சித்தை குறைப் பிரசவத்தில் ஈன்றுவிட்டு உயிர் துறந்தாள். அதன் பிறகு துவாரகாதிபதியான கிருஷ்ணரே அவரை வளர்த்து மன்னராக்கினார். உன் தந்தையும் உங்கள் வம்சத்து முந்தைய மன்னர்களைப் போலவே வேட்டையில் பெருவிருப்பம் கொண்டவராக இருந்தார்.

தட்சகனின் நாகப் படை அவரைப் பின் தொடர்ந்தபடியே இருந்ததை அறியாதவராக ஒரு நாள் ஆழ் கானகம் ஒன்றிற்கு வேட்டையாடச் சென்றார். அங்கு தென்பட்ட மானொன்றை கணையால் அடித்தார். அம்பால் அடிபட்ட போதும் எப்படியோ அந்த மான் தப்பியோடிவிட்டது. அதைத் தேடிக் கொண்டு வனம் முழுக்க அலைந்தார்.

அங்கே வனத்தின் நடுவில் ஆசிரமம் கட்டி, மாட்டுத் தொழுவத்தில் அமர்ந்திருந்தார் சமீகர் எனும் ரிஷி. மாடுகளிடம் கன்றுகள் ஊட்டிய பின்னர் அவற்றின் வாயோரத்தில் வழியும் நுரையை மட்டுமே உணவாகப் புசிப்பது எனும் கடும் நோன்பின் காரணமாக மெலிந்திருந்தபோதும் அவரது தவப்பலன்களின் விளைவாக ஒளி குன்றாதவராக இருந்தார். அன்று அவர் காஷ்ட மௌன விரதத்தில் இருந்தார். வார்த்தைகளாக மட்டுமல்லாது உடல் மொழியால்கூட யாரிடமும் உரையாடாத விரதம் அது.

அவரிடம் பரிட்சித்து, மான் சென்ற வழியைப்பற்றிக் கேட்டபோதும் பதிலேதும் சொல்லாமல் தவத்தில் ஆழ்ந்திருந்தார். அவரது மௌனம் தன்னை அவமதிப்பதாக நினைத்துக் கொண்டார் அரசர். மானின் பின்னால் அலைவுற்று, மிகவும் களைத்திருந்த அவருக்கு தாங்கவியலாத சினம் மூண்டது. அருகில் செத்துக் கிடந்த ஒரு பாம்பை தனது அம்பால் தூக்கி அந்த முனிவரின் மீது போட்டுவிட்டுச் சென்றார்.

களைப்பாலும் சினத்தாலும் அவர் செய்த செயலை அம்முனிவர் பொருட்படுத்தவில்லை. ஆனால் கனிவு கொண்ட சமீகரால் அச்செயலை மன்னிக்க முடிந்ததுபோல முந்து சினத்திற்குப் பெயர் போனவனான அவரது மகன் சிருங்கியால் முடியவில்லை. செய்தியை அறிந்து மனம் பொருமிய சிருங்கி, இக்கொடிய செயலைச் செய்த பரிட்சித்து, இன்றிலிருந்து ஏழு நாட்களுக்குள் தட்சகன் எனும் நாகத்தின் நஞ்சால் உயிரிழக்கக் கடவது என்று சாபமிட்டான்."

ஜனமேஜயனின் கண்களில் இருந்து நீர் வழிந்தது. எப்போதோ சிறுவயதில் எளிதாகக் கடந்துவிட்ட துயரத்தை இப்போது மீண்டும் இழுத்து வந்து இவ்வெளிய உயிரின் மேல் சுமத்துவது தவறோ என்றுகூட உதங்கரின் மனதின் மூலையில் ஒரு எண்ணம் எழுந்தது. ஆனால், அவர் மனமெங்கும் படிந்திருந்த வெறுப்பு எனும் திரை அந்த எண்ணம் எழுந்த அடுத்த நொடியே அதன் மீது படர்ந்து

மூடிவிட்டது. உதங்கர் உள்ளூறிய உவகையோடு கதையைத் தொடர்ந்தார்.

"மௌன விரதம் முடித்து எழுந்த சமீகர் மகனைக் கடிந்து கொண்டார். தட்ப வெப்பம், இன்ப துன்பம், மான அவமானம், புகழ்ச்சி இகழ்ச்சி போன்ற இருமைகள் அனைத்தையும் சமமாகப் பாவித்து அறிவில் நிலைபெற்று வாழ்பவனே யோகி. அரசனின் செயலுக்கு சினம் கொண்டால் நாம் செய்த தவப்பயனை இழப்போம் என்றெல்லாம் மைந்தனுக்குப் பலவிதமாக இதோபதேசம் செய்தார். அப்படியும் சிருங்கி தன் சாபத்திற்கு மீட்சி அளிக்கவில்லை. மன்னரை கவனத்தோடு இருந்து கொள்ளச் சொல்லி செய்தியனுப்புவது தவிர, முனிவருக்கு வேறு வழி தெரியவில்லை.

பரிட்சித்தும் நாகங்கள் தீண்ட முடியாதபடி பொய்கையொன்றின் நடுவில் பரண் அமைத்து அதில் தக்க பாதுகாப்போடு தங்கியிருந்தார். அதையெல்லாம் மீறி ஏழாம் நாள், தட்சகன் கனிக்குள் புழுவென ஒளிந்து சென்று அவரைத் தீண்டி உயிர் பறித்ததைக்கூட விட்டுவிடலாம். ஆனால், அதற்கு முன் அவன் செய்த சூழ்ச்சி ஒன்று உண்டு."

இந்த இடத்தில் தன் பேச்சை சற்று நிறுத்திவிட்டு, ஜனமேஜயனை அளவிட்டார் உதங்கர். அவனது உணர்ச்சிகள் குவிந்து வருவதையும், தான் எண்ணுமளவு அவனது சினம் கூர் சீவப்படுவதையும் கண்டு அவருக்குத் திருப்தி உண்டாயிற்று.

"காசியபர் என்றொரு பிராமணர் இருந்தார். அவருக்கு ஈரேழு பதினான்கு உலகங்களிலும் இருக்கும் ஆகச் சாத்தியமான அத்தனை நஞ்சையும் முறிக்கும் மந்திர சக்தி உபதேசமாகியிருந்தது. பரிட்சித்து பெற்ற சாபத்தையும், அதற்காக அவர் தனித்திருப்பதையும் கேள்வியுற்று, ஒரு வேளை விபரீதமாக அரசனை நாகம் தீண்டினால் தான் உயிர்ப்பித்து, ஐஸ்வர்யத்தை அடையலாமே என்ற ஆசையால் அவர் அஸ்தினபுரியை நோக்கி வந்து கொண்டிருந்தார்.

அதைத் தெரிந்து கொண்ட தட்சகன், அவரை வழியிலேயே சந்தித்தான். அவரது வித்தையைச் சோதிக்க எண்ணி அருகிலிருந்த பெரிய ஆல மரத்தைக் காட்டி இதை நான் என் விஷத்தால் பஸ்மமாக்குகிறேன். உமக்கு சக்தியிருந்தால் உயிர்ப்பித்துக் காட்டும் என்றான். காசியபரும் சம்மதித்தார். தட்சகன் அந்த விருட்சத்தைக் கொத்தி, அதை நொடியில் நீறாக்கினான். காசியபர் சில நிமிட மந்திர உச்சாடனத்தில் அந்த மரத்திற்கு மீண்டும் உயிர் கொடுத்தார்.

வியப்போடு அவரது சக்தியை உணர்ந்து கொண்ட தட்சகன், அவரிடம் பேசி, அவர் அரசனிடமிருந்து எதிர்பார்த்து வந்த திரவியத்தைத் தானே கொடுத்து அவரைத் திரும்பிப் போகச் செய்தான்.

சிருங்கியின் சாபத்தை மெய்ப்பிக்க அரசனைக் கொத்த வேண்டியது மட்டுமே அவனது பணி. ஆனால், அவனோ மன்னனைக் காப்பாற்ற வந்த வைதீகரை வழியிலேயே மடக்கித் திருப்பி அனுப்பி, அரசனின் மரணத்தை உறுதிப்படுத்திக் கொண்டது குரு குல வீரர்களின் மீதான அவனது வஞ்சத்தின் வீரியத்தைக் காட்டவில்லையா? இப்போது உனக்கும், நாளை உன் குழந்தைகளுக்கும்கூட அவன் ஏதேனும் கெடுதலை யோசித்துக் கொண்டிருக்கக்கூடும். ஆனால், ஆண்மையுள்ள சிங்கம் போன்ற நீயோ, உன் உண்மை எதிரியை விட்டுவிட்டு அக்கம்பக்கத்து ராஜ்யங்களையெல்லாம் வெற்றி கொண்டு, அதை விழாவெடுத்துக் கொண்டாடிக் கொண்டுமிருக்கிறாய். இது அறியாமை அல்லாது வேறென்ன?"

ஜனமேஜயனின் நெற்றி நரம்புகள் புடைத்தன. அவனது மொத்தக் குருதியும் தலைக்குள் பாய்வது போலிருந்தது.

"அந்தக் காசியபரை தட்சகன் திருப்பி அனுப்பிய விதம் உமக்கு எவ்வாறு தெரியும்?"

"தட்சகனால் கொத்தப்பட்டதும், பின்னர் காசியபரின் மந்திர சக்தியினால் உயிர்ப்பிக்கப் பட்டதுமான மரத்தில் ஒருவன் விறகுக்காக உலர்ந்த கிளைகளை ஒடிப்பதற்காக ஏறி உட்கார்ந்திருந்தான். அம்மரம் சாம்பல் குவையானபோது தானும் சாம்பலாகி, அது உயிர்த்தெழுந்தபோது தானும் தப்பிப் பிழைத்த அந்தப் பாமரன் சொல்லக் கேட்டு, அச்சம்பவத்தை முனிவர்களாகிய நாங்கள் அறிந்தோம்."

ஜனமேஜயனின் மனதில் வஞ்சம், பழி வாங்கும் வெறி, தன்னையும் தன் குலத்தையும் காக்க வேண்டுமென்கிற தாபம் என உக்கிரமான உணர்வுக் குழம்பல் கொதித்துக் குமிழியிட்டது.

"தாங்கள் சர்வக்ஞராக இருக்கிறீர். என் மேல் கருணையுடையவராகவும் தோன்றுகிறீர். எங்கள் குலத்தை சர்வ நாசம் செய்ய எண்ணியிருக்கும் அந்த தட்சகனை மட்டுமல்லாது, ஒட்டு மொத்த சர்ப்பகுலத்தையே வேரறுத்து, இப்பூமியில்

ஜீவராசிகள் எல்லாம் நாகபயம் இல்லாமல் வாழ என்ன வழியென்று சொல்லுங்கள். என் உடல், பொருள், ஆவி அனைத்தையும் அளித்தேனும் அதனைச் செய்ய நான் தயாராக இருக்கிறேன்.”

“அதற்கென மாபெரும் பூத வேள்வியொன்று அதர்வ வேத கல்பத்தில் சொல்லப்பட்டிருக்கிறது. சர்ப்பசத்திர யாகம் என்று அதற்குப் பெயர். அதனைச் செய்வதன் மூலம், நாக குலத்தை பூண்டோடு அழிக்கலாம். நான் உன் உடனிருந்து அதற்கான வழிவகைகளைச் சொல்லித் தருகிறேன். கவலைப் படாதே. பிருகு குலத்து சியவனரின் குருநிலையில் தலைமை உபாத்தியாயராக இருக்கும் சண்ட பார்க்கவரை ஹோதாவாக வரித்துக் கொள். உன் வேள்வி வெற்றிபெறும். அவ்வேள்வியை இயற்றுவதன் மூலம், குருகுலத்தின் அச்சத்தை முழுமையாகத் துடைத்தவனாவாய்.”

“அப்படியே செய்கிறேன்” என்று அவர் பாதம் பணிந்தான் ஜனமேஜயன்.

மன்றில் நடந்து கொண்டிருந்த விருந்து நிகழ்வுகள் இன்னமும் முடிந்திருக்கவில்லை. வாசுகியும் ஏலாபத்திரனும் இன்னமும் அங்கேதான் இருந்தனர். யாருக்காக அந்த விருந்து நடந்து கொண்டிருந்ததோ அவன் தனக்கென அன்னை தயாரித்திருந்த காய்கறிகள் சேர்த்துக் காய்ச்சிய காடியை மாந்திவிட்டு, அவள் காலடியில் அமர்ந்து பேசிக் கொண்டிருந்தான்.

"தட்சகன் மாமா அந்த வைதீகரைத் திருப்பி அனுப்பியிருக்க வேண்டாம், இல்லையா அம்மா? அவருக்கு ஏன் அத்தனை வஞ்சம்?"

"சவ்யசாசி என்று பெயர் பெற்ற அர்ஜுனன், காண்டவ வனத்தை எரி மூட்டியதோடு விடவில்லை. நெருப்பிலிருந்து தப்பி நாலாபுறமும் ஓடியவர்களை எல்லாம் அம்பெய்து கொன்று, அந்த நெருப்பிலேயே போட்டனர் பாண்டவப் படையினர். பறந்து தப்ப முயன்ற பறவைகளைக் கூட விட்டு வைக்காது, அம்பினால் அடித்து நெருப்பில் இட்டனர். வனத்தை எரித்து, நகரமைப்பது மட்டுதான் நோக்கமென்றால், அதிலிருக்கும் உயிரினங்கள் தப்பி ஓடவேனும் ஒரு வழி தந்திருக்கலாம் அல்லவா?"

"அப்புறம் எப்படியம்மா என் அம்மான் சேயான அஸ்வசேன் மட்டும் எரியிலிருந்து தப்ப முடிந்தது?"

"அவன் தப்பிப் பிழைத்ததன் பின்னால் அவனது அன்னையான சுமதியின் உயிர்த் தியாகமிருக்கிறது ஆஸ்திகா. கிருஷ்ணார்ஜுனர்கள் காண்டவ வனத்தை எரிக்க வந்தபோது உன் மாமன் அங்கே இல்லை. வம்ச வாரிசான அஸ்வசேனனை எப்படியாவது காப்பற்றி வெளியேற்ற உன் மாமி முடிவு கட்டிக் கொண்டாள். வெளியே இந்திரன் அர்ஜுனனோடு போர் புரிந்து கொண்டிருந்தபோது, விசுவாசம்மிக்க ஒரு சில நாகர்கள் மட்டும், ஒரு சிறு இடைவெளியில் நெருப்பு வளையத்தினை உடைத்து, அங்கு மட்டும் தீயை அணைத்தனர். ஆயினும் அதுவரை எரிந்து கொண்டிருந்த மரங்கள் யாவும் கனல் துண்டங்களாகத் தகித்தபடி இருந்தன. அந்த அனலில் குழந்தைக்கு எதுவும் ஆகிவிடாதிருக்க சுமதி தன் உடலைப் பந்து போல சுருட்டி, தனக்குள் அஸ்வசேனனை வைத்துக் கொண்டாள். அவளை அந்த கனல் பாதையில் மற்ற நாகர்கள் உருட்டிவிட, அவள் வெந்த போதும் குழந்தையை உயிருடன் கொணர்ந்து இந்திரனின் படையினரிடம் சேர்த்துவிட்டு, உயிரை விட்டாள்"

"எத்தனை கோரமான முடிவு"

"ஆம் மகனே... கோரம்தான். அப்படியான அவலத்துக்குள்ளானவர்கள் பழி வாங்காதிருக்க முடியுமா? சுமதியின் தேகத்தைத் தாண்டியும் அஸ்வசேனையும் அக்னி தகிக்கவே செய்தது. அவனும் தோல் உரிந்து, உயிரபாயம் கொண்ட நிலையில்தான் வெளியில் வந்தான். அமராபுரியில் இந்திரனின் பராமரிப்பில், அஸ்வினி தேவர்களின் ஆதூரசாலையில் வெகுநாட்கள் இருக்கவேண்டி வந்தது. அதனாலெல்லாம் ஏற்பட்ட வஞ்சத்தினால்தான் அஸ்வசேன் குருக்ஷேத்திரப் போரில் கர்ணனுக்கு உதவியாக அர்ஜுனனை எதிர்த்துப் போராடினான். பழிவாங்க முடியாது போரில் மடிந்தான். மீண்டும் தட்சகன் அண்ணாவின் பழி வெறி பன்மடங்காகப் பெருகியது."

பழைய நினைவுகளில் ஆழ்ந்த மானசா, சிறிது நேரம் மௌனமானாள். தன்னைக் காக்கவென்று வெந்த கிழங்குபோல தோலுரிந்து இறந்த தாயின் நினைவுகளோடு வளர்ந்த அஸ்வசேன் வஞ்சத்தோடு திரிந்ததும், பழிவெறி தீராது போரில் மாண்டதுமாக குடும்பத்தின் இருண்ட நினைவுகள் அவளைத் திணறடித்தன. மெல்ல அவற்றை உதறும் வகையில் பெருமூச்சோடு அந்த நினைவுச் சங்கிலியைத் துண்டித்துவிட்டு, நிகழ்காலத்திற்குத் திரும்பினாள். மகனிடம் தான் பேசிக் கொண்டிருந்த விஷயத்தை தொடர்ந்தாள்.

"வஞ்சத்தைத் தலைமுறை தோறும் கைமாற்றுவதைப் போன்ற மூடத்தனம் வேறில்லை மகனே! தனி மனிதர்களின் பகைக்கு குலங்களையே எரித்தழிப்பது எவ்வகையிலும் அறமன்று. தான் கண்ணாலும் பார்த்திராத முன்னோர்களின் பகைக்காக மனிதர்கள் அழிவது இனியும் தொடரக் கூடாது. நீ உடனே தட்சசீல நகருக்குச் சென்று, அவ்வேள்வியைத் தடை செய்வதோடு, குருகுல அரசரான ஜனமேஜயனின் மனதிலுள்ள பகையெனும் நஞ்சையும் இதமான வார்த்தைகளால் நீக்க வேண்டும்."

"நிச்சயமாகச் செய்கிறேன் தாயே. நாளையே நான் கிளம்புகிறேன்."

"எங்கள் ஆயிரத்தவரையும் பெற்றெடுத்த கத்ருவன்னை தன் உடன்பிறந்தவளான வினதையோடு கொண்ட பந்தயம் பற்றியும், அதில் தனக்கு உதவ மறுத்த என் தமையன்களுக்கு சாபமிட்டதையும் உன் சிறுவயதிலேயே சொல்லியிருக்கிறேனே, நினைவிருக்கிறதா?"

"ஆம் தாயே"

"பின்னர் அதை எண்ணி மனம் வருந்திய உன் பாட்டி, பிரம்மாவிடமே சென்று சாபத்திற்கு மீட்சி கேட்டபோது, அவர் உன்னைப் பற்றிக் குறிப்பிட்டு, நீதான் இந்தக் கண்டத்திலிருந்து நாகரினத்தைக் காப்பாய் என்றும் சொன்னார். எனவே, இது உனது பிறவிப் பயன். உன் மாமா இதுவரையிலும் நம்மை போஷித்து வந்திருப்பதற்கான நன்றிக் கடன். இருவகையிலும் நீ இந்தக் கடமையை நிறைவேற்றியே ஆக வேண்டும்."

"அதுதான் நான் ஒப்புக் கொண்டுவிட்டேனே அம்மா. என்னால் இயன்ற எல்லா வகையிலும் முயன்று, அந்த வேள்வியைத் தடுத்து, தட்சகன் மாமாவை மீட்பேன். நீங்கள் என்னை நம்பி நிம்மதியாக இருக்கலாம்."

பி ருகு கோத்திரத்தவரான சியவனரின் குருகுலத்தைச் சேர்ந்த சண்ட பார்க்கவர் எனும் ரிஷி அந்த சர்ப்ப சத்திர யாகத்தின் ஹோதாவாக அமர்ந்திருந்தார். ஜைமினி, சார்ங்கரவர், உத்தாலகர், பிரமதகர், ஸ்வேதகேது, பிங்களர், தேவலர், ஆத்ரேயர், குண்டர், ஜடரர், காலகடர், ஸ்ருதஸ்ரவஸ், கோஹலர், தேவசர்மா, மெளத்கல்யர், ஸமஸௌரபர் ஆகிய கல்வி கேள்வியில் கரைகண்ட மகான்கள் ஸதஸ்யர்களாக அந்த அவையில் அமர்ந்திருந்தனர்.

அம்முனிவர்கள் அனைவரும் நான்மறை, ஆறு சாத்திரங்கள், பதினெண் புராணங்கள், இருபத்தெட்டு ஆகமங்கள், அறுபத்தி நான்கு கலைகள், தொண்ணூற்றாறு தத்துவங்கள் ஆகியவற்றை முற்றுமுணர்ந்தவர்கள். அஞ்ஞானம் நிறைந்த தமோ குணத்தையும், பேராவல், இறுமாப்பு, அகங்காரம் நிறைந்த ரஜோ குணத்தையும் கடந்து இறை நிலையின் மீது பற்றுக் கொண்டு சத்வ குணத்தில் ஒழுகும் சீலர்கள்.

புரோகிதர்கள் அனைவரும் ஒருமுகப்பட்ட மனதோடு, கருப்பு உடையணிந்து, புகையினால் சிவந்த கண்களோடு தாழைப் புதர் என ஒளிர்ந்தெரியும் அக்னியில் மந்திரங்களைச் சொல்லி அவியிட்டு வளர்த்தனர்.

வேள்வி மேடையில் அமர்ந்திருந்த ஜனமேஜயரின் மனதில் பல்வேறு சிந்தனைகள் ஓடிக்

கொண்டிருந்தன. வேள்விப் பந்தலை அமைத்த ஸ்தபதி இந்த வேள்விக்கு ஓர் அந்தணரால் தடை வரும் என்பதற்கான சகுனங்கள் தோன்றுவதாகச் சொல்லியிருந்தது வேறு அவ்வப்போது எழுந்து வந்து அஞ்சச் செய்தது.

பொதுமக்கள் அமர்ந்திருந்த பகுதியிலிருந்து திடீரென சலசலப்பு எழுந்தது. அங்கே மக்கள் கூச்சலோடு எழுந்து அலைபாய்ந்தனர். அனைவரும் ஒதுங்கிய வழிநடையில் யானை துதிக்கையை ஒத்ததொரு நாகம் மெல்ல ஊர்ந்து வந்து கொண்டிருந்தது. அதனைப் பார்த்ததும் ஹோதாவும் மற்ற ரித்விக்குகளும் உற்சாகத்தோடு தங்கள் உச்சாடனத்தையும், அவியிடுதலையும் தொடர்ந்தனர். ஜனமேஜயன் நெஞ்சிலும் வேள்வி வென்றுவிடும் என்ற நம்பிக்கை வளர்ந்தது.

அந்த நாகம் ஏதோவொரு மயக்கத்தில் வருவதுபோல தயக்கமும் தளர்வுமாக மெல்ல நெளிந்தாடி வந்து வேள்வி நெருப்பில் குதித்தபோது, மக்களிடையே ஆரவாரம் எழுந்தது. ஜனமேஜயரின் பெயர்கூறி, ஜெய விஜயீ பவ எனும் வாழ்த்தொலியும் எழுந்தது.

அடுத்தடுத்து எல்லா திசையிலிருந்தும், எல்லா அளவுகளிலுமுள்ள, எல்லா வகையான நாகங்களும் கடல் தேடி வந்து கலக்கும் நதிகளைப்போல வந்து வேள்வித் தீயில் விழுந்து கொண்டே இருந்தன. ஒரு கட்டத்துக்கு மேல் இந்த நாகங்கள் அனைத்தும் மந்திர அழைப்பைக் கேட்டு மரணத்தைத் தழுவ வருபவை என்ற தெளிவு மக்களுக்கு வந்த பின்னர், அவர்கள் பயந்து கூச்சலிடுவதும், எழுந்து வழிவிடுவதும் நின்றுவிட்டது. நாகங்கள் வந்தால் லேசாக உடலை வளைத்து வழிவிட்டுவிட்டு அமர்ந்து கொள்ள அனைவரும் பழகி விட்டனர். அப்படியில்லாவிட்டாலும் நாகங்கள் அவர்களின் மடிமேல் ஏறி ஊர்ந்து இப்புறம் இறங்கியேனும் தீயை நோக்கி வந்தே தீரவேண்டும் எனும்போது, எதற்கு கூச்சலும் குழப்பமும் எனும் எண்ணம் பெருகியது.

நேரம் ஆக ஆக வேள்வியில் நெய்யூற்றவே தேவையில்லாதபடி வந்து விழும் நாகங்களின் உடல் கொழுப்பிலேயே தழல் சுடர்ந்தாடியது. ஊன் வேகும் கொடூரமான மணம் பந்தலைத் தாண்டி தட்சசீல நகர் முழுவதுமே பரவியது. முதலில் சகிக்க முடியாமல் திணறியும், குமட்டியபடியும் திண்டாடிய அனைவருக்கும், ஒரு கட்டத்தில் அந்த மணமே விருப்புக்குரியதாக மாறிப் போனது. அதன் பின் அவர்கள் இயல்பான தோற்றத்துடன்

அங்கு நடக்கும் சம்ஹாரக் கூத்தைப் பார்த்து ரசிக்கும் மனநிலைக்கு மாறினர்.

அன்னையின் சாபத்தை தவிர்க்கவியலாத நாகக் கூட்டம், அந்தக் கூட்டுத் தற்கொலையில் தலை கொடுத்துக் கொண்டிருந்த நேரத்தில்தான், ஆஸ்திகர் நகருக்குள் நுழைந்து வேள்விப் பந்தலை நோக்கி வந்து கொண்டிருந்தார். மழைத்துளிகள் நீரோடையாகி, நீரோடைகள் இணைந்து நதியாகி, நதிகள் அனைத்தும் ஆழியெனும் ஒற்றைப் புள்ளி நோக்கி விரைவது போல, நகருக்கு வெளியிலேயே பல திசைகளில் இருந்தும் நாகங்கள் ஒன்றோடொன்று பிணைந்து கொண்டும், தனித் தனியாகவும், தங்களால் ஆன விரைவில் வேள்வித் தீயை நோக்கிப் பயணிப்பதை ஒரு கணமும் கண்களால் கூடப் பின் தொடரவில்லை அவர். உண்மையாக உதவ எண்ணுபவன் ஆறுதல் சொல்லிக் கொண்டிருப்பதில்லைதானே? வில்லாளியின் கண்கள் குறியைத் தேடுவது போன்ற விரைவுடன், ஒளியைப்போல நேர்கோட்டுப் பாதையில் அரசரைத் தேடிச் சென்று கொண்டிருந்தார் ஆஸ்திகர்.

அத்தனை பரபரப்புக்கு நடுவிலும், வேள்விப் பந்தலுக்குள் புதிதாக ஒரு இளம் வைதீகர் வருவதைக் கண்டு மகிழ்ந்த ஜனமேஜயர் காவலர்களை அவரைத் தன்னருகில் அழைத்துவரச் செய்தார்.

சுருக்கமாகத் தனது குல வரைபடத்தைச் சொல்லித் தன்னை அறிமுகப்படுத்திக் கொண்டு, அரசனை வணங்கிய ஆஸ்திகர் அவரைப் புகழ ஆரம்பித்தார்.

"பரிட்சித்தின் மகனே! பரத குல முதல்வனே! இதற்கு முன்னர் பிரயாகையில் சந்திரனும், வருணனும், பிரம்மாவும் செய்த வேள்விகளைப் பற்றிக் கேள்விப் பட்டிருக்கிறேன். மண்ணுலகில் அதற்கு நிகரான வேள்வி இதுவே என்று அறிகிறேன்.

விஷ்ணு பக்தனாகிய ரந்திதேவன் தனது அரண்மனையில் செய்த யாகங்களில் பலியிட்ட மிருகங்களின் தோலில் இருந்து வடிந்த நீரே சர்மண்வதி எனும் நதியானது. உமது யாகம் நிச்சயமாக ரந்திதேவனின் வேள்விக்கு சற்றும் குறைவானதில்லை.

கயன், சசபிந்து, நிருகன் போன்ற அரசர்களின் பிரசித்தி பெற்ற வேள்விகளுக்கு ஒப்பானது உமது இந்த வேள்வி. தர்மதேவதையின் மகனும், அஜமீட வம்சத்தினருமான உமது பிரபிதாமகர் யுதிஷ்ட்ரன்

அஸ்வமேதமும் ராஜசூயமும் ஆகிய வேள்விகளைச் செய்தார். அவரது வேள்விகளுக்கு நிகரானது உமது இந்த வேள்வி.

யக்ஷ ராஜனும், வடதிசைக் காவலரும், சங்க பதும நிதிகளுக்கு உரிமையாளனுமான குபேரனின் வேள்விகளைப் போன்றது உமது இந்த வேள்வி.

இந்திரனுடைய நூற்றுக்கணக்கான யாகங்களைப் பற்றி பௌராணிகர்களால் முன்னம் சொல்லப்பட்டிருக்கிறது. அந்த நூற்றுக்கணக்கை மற்றொரு நூறு ஸங்கியையாக்கினால் கூடிய பதினாயிரம் வேள்விகளுக்குச் சமானமானது உமது இந்த யாகம். இங்கு அமர்ந்திருக்கும் தபோதனர்களும், வேள்விக் காவலரும் அரசருமாகிய நீரும் இந்திர சபையில் நடக்கும் வேள்விக்குரியவர்களே. நம் அன்புக்குரியவர்கள் அனைவருக்கும் நன்மை உண்டாகட்டும்.

யாயாதிக்கும், மாந்தாதாவுக்கும், ரகுகுல பூஷணமாகிய தசரத புத்திரர் ராமருக்கும் ஒப்பான அரசரான உம்மை வணங்குகிறேன். நம் அன்பர்கள் அனைவருக்கும் நன்மை உண்டாகட்டும்.”

புகழ்ச்சியைவிடப் பெரிதான ஆயுதம் வேறெதுவும் இல்லை. அரசனை மட்டுமல்ல, அங்கிருந்த வைதீகர்களையும் சேர்த்துப் புகழ ஆரம்பித்த ஆஸ்திகர், அதில் அனைவரும் மயங்கிவிட்டதை உணர்ந்தார். அவர்களின் முகங்களில் வெற்றியை நெருங்கிவிட்ட ஆணவமும், புகழ்ச்சியால் உண்டான மலர்வும் வெளிப்படையாகவே தெரிந்தது. அரசரின் அருகில் அமர்ந்திருந்த பட்டமகிஷியான காசியரசன் ஸ்வர்ணவர்மனின் மகள் வபுஷ்டையும் முகம் மலர்ந்திருந்தாள்.

இதுதான் சமயமென்று உணர்ந்த ஆஸ்திகர், “இப்படியான ஒப்பற்ற இந்த வேள்வியின் கர்த்தாவாகிய உம்மிடம் நான் ஒரு வரத்தை எதிர்நோக்குகிறேன்” என்று நயமாகச் சொன்னார்.

புகழ் மொழிகளால் பூரித்திருந்த ஜனமேஜயன், எதுகுறித்தும் ஆலோசிக்காமல், “இளமுனிவரே, கேட்டார் பிணிக்கும் தகைமையுடைய உமது வார்த்தைகள் உங்கள் அறிவின் ஆழத்தைக் காட்டுகிறது. நீர் கேட்கும் எவ்வரத்தையும் தருகிறேன். இதை இங்குள்ள ஸதஸ்யர்கள் அங்கீகரிக்கட்டும்.” என்றார்.

அனைவரும் உதங்கரையே நோக்கினர். அந்த அவையில் ஒவ்வொருவரின் பெறுமதியையும் முடிவு செய்பவர் அவரே என்பதை அப்பார்வைகள் உணர்த்தின. ஆஸ்திகர் அமைதியாக

கேள்விக் கணைகளை எதிர்நோக்கி நின்றார். உதங்கர் தன் பீடத்தில் சற்று அசைந்து அமர்ந்து கொண்டார்.

"பெருமைக்குரிய யாயாவர குலத்து உதித்த இளம் முனியே, செல்வத்தின் இயல்பென்ன? அதைச் சேமிக்கும் வழியென்ன?"

"நிலையாமையே செல்வத்தின் முதன்மைப் பண்பு. அதனைப் பெற்றவுடன் அதைக் கொண்டு அறங்களைச் செய்தலே அதைச் சேமிப்பதற்கான சிறந்த வழி."

"செல்வங்களுள் சிறந்தது எது?"

"உடலுக்குள் வாழும் ஆன்மனுக்கு வேண்டுவது எதுவுமில்லை என்று உணர்தலாகிய வேண்டாமையே செல்வங்கள் அனைத்திலும் சிறந்தது."

"விதைக்காமலே விளையும் நிலம் எது?"

"விருந்தினருக்கு அளித்த பின் மிச்சிலை மட்டுமே உண்ணுதலை நோன்பாகக் கொண்டவனின் நிலம் விதைகளின்றியே விளைந்து நிற்கும்."

"செல்வமும் அறிவும் நிறைந்திருந்தாலும் உயிரோடிருக்கும் போதே உயிரற்றவனாக எவன் கருதப்படுவான்?"

"தென்புலத்தார், தெய்வம், விருந்தினர், சுற்றத்தார், தான் என்ற ஐவகையினரிடத்தும் அறநெறியோடு நடந்து கொள்ளாதவன் உயிரோடிருப்பினும் இறந்தவனே."

"அறம் என்பது என்ன?"

"மெய்மை, அருள், தவம், கொடை ஆகிய நான்கு கால்களைக் கொண்ட பசுவே அறமாகும்."

"வீடு பேறு தருவது எது?"

"துறவு. தற்பெருமையைத் துறந்தவன் நட்பைப் பெறுவான். சினத்தைத் துறந்தவன் துயரமற்ற நிலையைப் பெறுவான். ஆசையைத் துறந்தவன் வளத்தை அடைவான். பேராசையைத் துறந்தவன் ஆனந்தத்தை அடைவான். ஒவ்வொரு விழைவையும் துறந்து செல்லும்போது அவ்வவற்றுக்குத் தக்க பலன்களைப் பெறலாம். அனைத்து விழைவுகளையும் துறப்பவனே வீடு பேற்றினை அடைய முடியும்."

ஆஸ்திகனின் பதில்களால் நிறைவடைந்த உதங்கர், அரசனை நோக்கிப் புன்னகை புரிந்தார்.

"இந்த இளைய அந்தணனுக்கு அவன் கேட்கும் வரத்தைத் தாருங்கள். அதன் மூலம், நீர் எண்ணியவை யாவும் ஈடேறும்" என்று உதங்கர் சொல்ல, அதனை அவையினர் அனைவரும் அங்கீகரித்தனர்.

இதைக் கேட்டு மகிழ்ந்த அரசன், "வேண்டிய வரத்தைக் கேளும்" என்று ஆஸ்திகரிடம் சொன்னான். சரியாக அதே நேரத்தில் "இன்னமும் தட்சகன் இங்கு வந்து சேரவில்லையே" என்றார் ஹோதாவான சண்ட பார்க்கவர்.

"ஏனப்படியானது? உம் மந்திரங்களுக்கு தட்சகனை இங்கு கட்டியிழுத்துவரும் சக்தி இல்லையோ?" என்று தீயை உமிழ்ந்தான் அரசன்.

"தட்சகனுக்கு இந்திரனல்லவா அடைக்கலம் தந்திருக்கிறான்? இந்திரனின் இல்லத்தில் தட்சகன் சுகமாக இருப்பதை நிமித்தங்கள் காட்டுகின்றன." என்று தீனமாகப் பதில் சொன்னார் ஹோதா.

"அப்படியானால் அந்த இந்திரனையும் சேர்த்துக் கட்டி இழுத்து வந்து இந்த யாகத் தீயில் தள்ளுங்கள்" என்று தனது வஞ்சத்தினால் கொதித்தான் அரசன்.

புரோகிதர்கள் அனைவரும் தங்கள் செயல்களைத் தீவிரமாக்கினார்கள். இப்போது இந்திரனையும் சேர்த்துக் குறிவைத்துச் சொல்லப்பட்ட மந்திரங்களின் சக்தியினால், தவிர்க்க இயலாமல் இந்திரன் தட்சகனைத் தன் உத்திரீயத்தில் மறைத்துக் கொண்டு வந்து வேள்விப் பந்தலின் மேல் நின்றான். ஒரு கட்டத்தில் மந்திரங்களின் ஆகர்ஷணத்தைச் சமாளிக்க இயலாதவனாக தன் மேலாடையிலிருந்து தட்சகனை வெளியிலெடுத்து கீழே விட்டான். "உன்னைக் கைவிடுவதன்றி எனக்கு வேறு வழியில்லை" என்று துயரத்துடன் சொன்னவாறே வியோமயானம் எனப்படும் தன் தேரிலேறி அமராவதிக்கு மீண்டான்.

தட்சகன் தன் விதியை எண்ணித் தளர்ந்தவாறு வேள்வித் தீயை நோக்கி மெல்ல இறங்கினான். அந்த நேரத்தில் ஆஸ்திகர் அவனை நோக்கி, "நில்! நில்! நில்!" என மும்முறை சொன்னார். அதைக் கேட்டு தட்சகன் மட்டுமல்ல, வேள்விப் பந்தலில் இருந்த அனைவருமே குழம்பினர்.

ஆஸ்திகர் அரசரிடம், "நீங்கள் எனக்கு வரம் தருவதாக இசைந்தது உண்மையெனில், இந்த வேள்வியை அப்படியே நிறுத்திவிடுங்கள். தட்சகன் உயிர் பிழைக்கட்டும்." என்றார்.

ஜனமேஜயன் மனம் பதைத்து, "இது உங்களுக்குத் தகாது. என் நோக்கமெல்லாம் என் தந்தையைக் கொன்ற தட்சகனைப் பழி வாங்க வேண்டுமென்பதுதான். அதற்கு இப்படித் தடையேற்படுத்தாதீர்கள். உங்களுக்கு வேறேது வேண்டுமொனாலும் கேளுங்கள். பொற்க் குவைகளா, பசு மந்தைகளா, வளமான நிலமா என்ன கேட்டாலும் தருகிறேன். இந்த வேள்வியை மட்டும் குலைத்து விடாதீர்கள். "

"அரசே, தங்கள் கொள்ளுப்பாட்டனாராகிய அர்ஜுனரைப் பழிவாங்கவே தட்சகன் தங்கள் தந்தையைக் கொன்றார். இப்போது நீங்கள் பழிவாங்க அவரைக் கொன்றழித்தால் மீண்டும் இந்த வன்மம் தலைமுறைகள் தோறும் நீளும். இந்தச் சங்கிலியை இங்கேயே வெட்டி வீசுங்கள் அரசே. அதற்குத் தேவையெல்லாம் கொஞ்சம் மன விசாலம் மட்டுமே. உங்கள் முயற்சியில் நீங்கள் வெற்றி பெற்றுவிட்டீர்கள் என்பதற்கு தீயை நோக்கி வந்துவிட்ட தட்சகனே சாட்சி. இப்போது பெருந்தன்மையால் அவனை மன்னியுங்கள். குரு குலத்திற்கும், நாக குலத்திற்குமான பகைமை இன்றோடு தீரட்டும்."

"தட்சகனுக்காக வேறு யாரும் என்னைப் பழி வாங்க முடியாது. அதற்காகத்தானே நாக குலத்தையே பூண்டோடு அழிக்க இந்த சர்ப்ப சத்திர யாகத்தைச் செய்கிறேன்?"

"நாக குலத்தைப் பற்றி உங்கள் புரோகிதர்கள் யாரும் உங்களுக்குச் சரியாக விளக்கவில்லை போலிருக்கிறது" சிறு புன்னகையோடு இந்த வார்த்தைகளைச் சொல்லும்போது, உதங்கரை ஒரு பார்வை பார்த்துக் கொண்டார் ஆஸ்திகர்.

"சற்று முன் இங்கே நான் அபிவாதனம் சொல்லும்போது, யாயாவரர் குலத்து வரிசையைச் சொல்லி ஜரத்காரு முனிவரின் மகனான ஆஸ்திகன் நான் என்று சொல்லிக் கொண்டேனல்லவா? என் அன்னை வழி குல முறை ஏதென்று தெரியுமா? சுவயாம்பு மனுவுக்கென பிரம்மன் படைத்த சதரூபையின் மகளாகிய பிரசூதி தட்சப் பிரஜாபதியை மணந்தாள். அவளது மகளாகிய, கத்ருவின் மகள்தான் என் அன்னை மானசா. என் அன்னை ஜரத்காரு

முனிவருக்கு என்னைப் பெற்றாள். இப்போது நான் நாகர் குலத்தவனா இல்லையா?"

யாரும் பதில் சொல்வார்களா என்பதுபோல சபையை நிதானமாய் ஒரு முறை பார்த்துவிட்டு ஆஸ்திகர் தொடர்ந்தார், "நாகர்கள் வற்றாத உயிராற்றல் உடையவர்கள் என்பது பாரதவர்ஷம் முழுவதும் பிரசித்தியான விஷயம். யாரேனும் ஒருவருக்கு நெடுங்காலமாக சந்தான பாக்கியம் இல்லாதிருந்தால், அவர்கள் நாக பூஜை செய்வர். அந்த பூஜையின் பொருள் நியோக முறைப்படி நாகர் குலத்தவர் அவர்களுக்கு பிள்ளைப்பேற்றினைத் தர வேண்டும் என்பதுதான். அப்படியான பூஜைகளின் வழியாகப் பிறக்கும் குழந்தைகள் எல்லோரும் மனதாலும், குருதியாலும் நாகர்களே. என்னைப் போன்ற நாகர் குலத்தவருக்கும் வேற்றுக் குலத்தவருக்கும் பிறந்த பிள்ளைகளோ அல்லது நியோக முறைப்படி மற்ற குலங்களில் நாகர்கள் பிறப்பித்த பிள்ளைகளோ உங்களைப் பழிவாங்கவென்று கிளம்பி வந்தால் என்ன செய்வீர்கள் அரசே?"

நெருப்பு சட சடவென எரியும் சத்தமும், ஒரு புறம் மந்திராகர்ஷணத்தாலும் மறுபுறம் ஆஸ்திகரின் கட்டளையாலும் இழுத்து நிறுத்தி வைக்கப்பட்டிருந்த தட்சகன் தளர்ச்சியினால் சீறும் மூச்சொலியும் மட்டுமே பந்தலில் கேட்டது.

"அரசே, பிடிவாதம் வேண்டாம். காடு திருத்தி கழனி ஆக்க வேண்டுமென்று வனங்களை எரிப்பது க்ஷத்திரிய அரசர்களான உங்களின் தர்மம் என்றால், அதில் எரிந்தழிந்த தன் மனைவி மக்களுக்காக, தன் குடியினருக்காக உங்கள் உயிரைக் எடுக்க வேண்டியது வனவாசிகளின் தர்மம் அல்லவா? போனதெல்லாம் போகட்டும். இனியும் இது போன்ற பழி வாங்கல்களை தலைமுறை தாண்டிக் கடத்தாதீர்கள் என்பதே என் வேண்டுகோள். இந்த வேள்வியைத் தயவு செய்து நிறுத்துங்கள்."

ஜனமேஜயன் உறைந்து அமர்ந்திருக்க, ஆஸ்திகனின் கார்வை மிகுந்த மணிக்குரல் தொடர்ந்து ஒலித்தது.

"உங்கள் தந்தையைக் கொன்ற காரணத்திற்காக, நாக குலம் முழுமையையும் எதிரிகளாக எண்ணி பூண்டோடு அழிக்க எண்ணுகிறீர்களே, குருக்ஷேத்திரத்தில் பாண்டவர்களின் வெற்றிக்காக தன் உயிரையே மனமுவந்து தந்தானே அரவான், அவனது தியாகம் இல்லையென்றால் உங்கள் குலம் இன்று நிலைத்திருந்திருக்குமா? சர்வ லட்சணங்களும் பொருந்திய, வசுதேவ கிருஷ்ணருக்கு

இணையான அழகுடைய அவ்விளம் நாகன் எதன் பொருட்டு தன்னையே பலி கொடுக்கத் துணிந்தான்? இந்தக் குருகுலத்தில் அவனுக்கும் குருதித் தொடர்பு இருப்பதாக எண்ணித்தானே உயிர்த்தியாகம் செய்தான்? அவனது தியாகத்தின் மேல்தான் நீங்கள் அரியாசனமிட்டு அமர்ந்திருக்கிறீர்கள்."

இரு தலைமுறைக்குள்ளாகவே பாரதப் போர் என்றே பெயர் பெற்றுவிட்ட அந்த யுத்தத்தில் மிகவும் இளைய வயதில் வீரமரணம் அடைந்த தன் பாட்டன் அபிமன்யுவைப் பற்றி மட்டுமே அதுவரை சிந்தித்திருந்த ஜனமேஜயன், முதல் முறையாக அவனை விடவும் அரவானின் தற்பலி மிகவும் பெருமைக்கும், போற்றுதலுக்கும் உரியது என்பதை உணர்ந்தார்.

"உங்கள் குல வரலாற்றில் இன்னமும் சற்று முன்னே சென்றால், உங்கள் மூதன்னையான குந்தி தேவியே நாகரின் குருதி கொண்டவர்தானே? ஆர்யகன் எனும் நாகனின் பெண் வயிற்றுப் பேரனான சூரசேனரின் மகளாகப் பிறந்த பிருதைதானே உங்கள் பாட்டியான குந்தி? அந்த ஆர்யகனே பிரமாணகோடியில் கங்கையில் விழுந்த தங்கள் பாட்டனார் பீமனைக் காப்பாற்றியதோடு, ஆயிரம் யானை பலம் கொண்ட நாகரசத்தையும் அருந்தச் செய்து அவரை பலவான் ஆக்கினார். நாகர்களின் குருதிவழியென்பது எப்போதும், பெண்களின் வழித்தொடர்வது. அப்படிப் பார்த்தால், நீங்களே கூட நாகக் குருதி கொண்டவர்தான். குலத்தூய்மை என்பது மன்னர்களின் அவைக்களப் புலவர்கள் உண்மை வரலாற்றை அழுந்தப் புதைத்துவிட்டு, புகழுரைகளைக் கொண்டு உருவாக்கும் ஒரு மாயை. அதைத் தாண்டிப் பார்த்தால், உண்மையில் இப்பிரபஞ்சத்தில் வாழும் அனைத்து உயிர்களும் ஒன்றே. ஒருவரை ஒருவர் நேரடியாகப் பகைப்பதே மடமை. இதில் குலம், இனம் என்றெல்லாம் நம்மைச் சுருக்கிக் கொண்டு, ஒரு தரப்பை அழிக்க நினைப்பதெல்லாம் மாபெரும் மடமையே அன்றி வேறில்லை."

ஜனமேஜயன் சிறிதுநேரம் தன்னுள் ஆழ்ந்தவராய் சிந்தித்தபடி தளர்ந்து அமர்ந்திருந்தார். அருகிலிருந்த அரசி வபுஷ்டை வேள்வி தீக்ஷையைக் கட்டியிருந்த அவரது இடக்கரத்தை லேசாகத் தொட்டு உலுக்கினார். மனைவியின் முகத்திலும் ஆஸ்திகரின் வார்த்தைகளுக்கான ஆமோதிப்பே தெரிவதைக் கண்டார் அரசர்.

"நீரே வென்றீர் ஆஸ்திகரே. நீர் விரும்பியபடி உமது மாமனான தட்சகனின் உயிரை உமக்கான கொடையாகத் தருகிறேன். இன்றுடன் இந்த குலப்பகை அழியட்டும்" என்ற ஜனமேஜயர் சண்ட

பார்க்கவரைப் பார்த்து வேள்வியை முடித்துக் கொள்ளச் சொல்லி ஜாடை காட்டினார்.

அவபிருதமென்று சொல்லப்படுகின்ற வேள்வி நிறைவுச் சடங்கை முடித்த பின்னர் ஜனமேஜயர். மிகுந்த மரியாதையுடன் ஆஸ்திகருக்கு உரிய தட்சிணைகளைத் தந்து "விரைவில் நான் நடத்தவிருக்கும் அஸ்வமேத யாகத்திற்கு தாங்களே ரித்விக்காக வந்து அமர வேண்டும்." என்று கேட்டுக் கொண்டார். அவரும் "அப்படியே ஆகட்டும்" என்று அதை அங்கீகரித்தார்.

வேள்வியின் ஹோதாவும், ஆஸ்திகரின் குருவுமான சண்ட பார்க்கவர் மனம் மகிழ்ந்து, "ஆஸ்திகா, வயதில் இளையவனானாலும் முதிர்ந்த சிந்தனைகளோடு இருக்கிறாய். சொற்களுக்குரிய பத்து வகை அழகுகளான சுருங்கச் சொல்லி விளங்க வைத்தல், நவின்றோர்க்கு இனிமை, நன்மொழி உரைத்தல், ஓசையுடைமை, ஆழும் உடைமை, முறையான வரிசையில் வைத்தல், உலகத்தோடு ஒட்டிப் பேசுதல், பயனுடைமை, விளங்கக் கொள்ளும்படியான ஒப்புமைகள் ஆகிய அனைத்தும் கொண்ட சொற்களைக் கோத்து அடுக்குகிறாய். உன்னை எண்ணிப் பெருமிதம் அடைகிறேன். நீடூழி வாழ்வாயாக" என்று வாழ்த்தினார்.

நீர் வழியும் கண்களுடன் குருவைப் பணிந்து எழுந்தார் ஆஸ்திகர்.

நாக குல அரசனான தட்சகன், இப்போது மனித உருவில் தன் மருகனை நெருங்கி மார்புறத் தழுவினார். "என்னை மட்டுமல்ல, மீதமிருக்கும் நம் குலம் முழுமையும் காத்தாய். உன்னுடைய இந்த வெற்றியைப் புவி உள்ளவரை நம் குலத்தவர் மறக்க மாட்டார்கள். இந்த ஆடி மாத வளர்பிறை பஞ்சமி, இனி நாக பஞ்சமி என்று கொண்டாடப்படட்டும். இந்த நாளில் நாகப் பிரதிஷ்டைகளையோ புற்றையோ வழிபடுவோர் அனைவரும் நாகங்கள் பற்றிய அச்சத்தைக் கடப்பர். அவர்களின் குலம் தழைக்கும்." என்று பூரிப்போடு சொன்னார். அவரையும் வணங்கிவிட்டு, தாயைப் பார்க்கும் ஆவலோடு வேணு வனம் திரும்பினார் ஆஸ்திகர்.

மா**மன்களான வாசுகியும் ஏலாபத்திரனும் ஆஸ்திகனுக்கு வாகை மாலை சூட்டி வேணு வனத்திற்குள் வரவேற்றார்கள். இம்முறையும் மானசா மிகுந்த நிதானத்தோடு இல்லத்திலேயே அவனுக்காகக் காத்திருந்தாள். ஆலம் சுற்றி உழிந்து, கண்ணேறு கழித்து அவனை வீட்டிற்குள் அழைத்துச் சென்றாள்.

உள்ளே சென்றதும் அன்னைக்கு எண்ணுறுப்பும் நிலம் தொட வணக்கம் செலுத்தினான் ஆஸ்திகன்.

"எல்லா வளங்களுடனும் நீடூழி வாழ்வாயாக" என்று அவனை வாழ்த்திய மானசாவின் கண்ணில் நீர் வழிந்தது.

"ஏனம்மா அழுகிறாய்? அடுத்து நிகழ வேண்டியது ஆஸ்திகனின் மணவினைதான். இனி இங்கே மங்கள நிகழ்வுகள்தான். பின் ஏனிந்தக் கண்ணீர்?" என்றார் வாசுகி.

"அவனது கல்வியைப் போலவே அவனது திருமணமும் உங்கள் பொறுப்புத்தான் அண்ணா." என்றவாறே தன் கண்களைத் துடைத்துக் கொண்டாள் மானசா.

"அதிலென்ன சந்தேகம்? தட்சசீல நிகழ்வுகள் சூதர்கள் மூலம் பாரதவர்ஷமெங்கும் பரவியிருப்பதால், ஆஸ்திகனுக்கு தங்கள்

கன்னிகையரை கொடையளிக்கப் புகழ்பெற்ற வைதிகர்கள் பலரும் தூதனுப்பியபடியே இருக்கிறார்கள். நான் தான் மைந்தன் வந்தபிறகு முடிவு செய்து கொள்ளலாம் என்று காலம் கடத்தி வருகிறேன். இன்னமும் சில மாதங்களுக்குள் அவனை கிரஹஸ்தனாக்கி விடுவோம்.”

“மாமா, என்னை மன்னியுங்கள். நான் திருமணம் செய்து கொள்வதாக இல்லை. பிரம்மச்சாரியாகவே காலம் கழிக்க எண்ணியுள்ளேன்.” என்றான் ஆஸ்திகன். வாசுகியும், ஏலாபத்திரனும் சற்றே அதிர்ச்சியுற, எவ்வித மாற்றமும் இல்லாமல் இருந்தாள் மானசா.

“நினைத்தேன். உன்னில் தொடரும் வம்ச நினைவுகள் உன்னை இப்படித்தான் சிந்திக்க வைக்கும் என்று எதிர்பார்த்தேன்.” கைத்த புன்னகையோடு மானசா பேச, அது தன் முடிவுக்கான அங்கீகாரம் என்று தவறாகப் புரிந்து கொண்ட ஆஸ்திகன் மனம் மகிழ்ந்தான்.

“உன் தந்தையும் இளவயதில் இப்படித்தான் நினைத்திருப்பார். பிறகு காலம் போன காலத்தில் முன்னோர்கள் நீர்க்கடன் செய்ய வாரிசின்றித் தவிக்கும் துயரத்தைக் கேள்வியுற்று, என்னை மணந்து, உன்னை விதைத்துவிட்டுச் சென்று விட்டார். உன் தந்தை வழிப் பாட்டனும், பூட்டனும் கூட இப்படியேதான் சிந்தித்திருப்பார்கள். யாயாவரர் குலமே இதே பாட்டையில்தான் பயணித்து வந்திருக்கும், இல்லையா?”

மௌனமாய்த் தலை குனிந்தான் ஆஸ்திகன். தாயின் பேச்சு அவரது புண்பட்ட மனத்தின் புழுக்கம் என்பதை உணரத் துவங்கியிருந்தான்.

“தலைமுறைக்கு ஒரு அபலையைத் தேர்ந்தெடுத்து, அவள் தலையில் பொறுப்பைக் கட்டும் போது மட்டும், உங்கள் பிரம்மச்சரியத்தை தளர்த்திக் கொள்வீர்கள். அதன் பின் மீண்டும் பொறுப்பற்ற துறவிக் கோலம், அப்படித்தானே?”

அறையில் நிறைந்திருந்த உற்சாகம் மறைந்து அனைவருமே இறுக்கமாகியிருந்தனர்.

“காக்கையின் கூட்டில் தன் முட்டையை இட்டுவிட்டுச் செல்லும் குயிலுக்கும் யாயாவரர் குலத்தவரான உங்கள் செயலுக்கும் என்ன வேறுபாடு? போதாக் குறைக்கு எண்ணிக்கை தெரியாமலிருக்க காக்கையின் முட்டையை கீழே தள்ளி உடைத்துவிடும் குரூரக்

குயில் போலவே, இல்லாளின் தலையில் பழிகளையும் வேறு சுமத்திவிட்டு சென்றுவிடுவீர்கள்."

அறைக்குள் காற்று தடையின்றி சுழன்று வெளியேறிக் கொண்டிருந்தபோதும் புழுக்கம் அதிகரித்தது போல் அனைவருக்கும் மூச்சுத் திணறியது. மானசாவோ மேலும் ஆவேசமுற்றவளாய் முகம் சிவக்க, குரலுயர்த்திப் பேசலானாள்.

"என்னதான் காகம் தன் உடல் வெம்மையில் அடைகாத்து, குஞ்சு வெளிவந்தபின் நாள் தோறும் இரை தேடிக் கொணர்ந்து ஊட்டி வளர்த்தாலும், வசந்தம் வந்தால் குயில் குஞ்சு கூ கூவென்றுதானே கூவும்? அது போலவே நீயும் யாயாவர குலத்துக்கான பாதையையே தேர்வாய் என்று எதிர்பார்த்தே இருந்தேன். உங்களது இந்தக் கொடூரமான குல தர்மத்தை இனி அடுத்த தலைமுறைக்குக் கடத்த நான் விட மாட்டேன்."

"என்ன சொல்கிறீர்கள் அம்மா? அதற்காக என்னை மணம் புரிந்து கொள்ள வற்புறுத்தப் போகிறீர்களா?"

"இல்லை. உனக்கு இரண்டு வாய்ப்புகள் தருகிறேன். ஒன்று உன் மாமன் தேர்ந்தெடுக்கும் குலமகளை மணந்து, இங்கே அருகில் எங்கேனும் ஆசிரமம் அமைத்துத் தங்கி இல்லறம் பேண வேண்டும். அல்லது வாழ்நாளில் என்றுமே, எக்காரணம் பற்றியும் மணம் புரிந்து கொள்ள மாட்டேன் என்று எனக்கு வாக்குறுதி தா.

நாளைக்கு உன் குல மூதாதையர் எவ்வடிவில் உன் முன் வந்து நின்று, வம்ச விருத்திக்காக எவ்வண்ணம் வேண்டினாலும் அன்னைக்குத் தந்த வாக்கே முதன்மையானது என்று நிற்பேன் என்று என்னிடம் ஆணையிடு. அதுபோலவே மணம் புரிந்து கொள்ள ஒப்புவாயே ஆயின், கைப்பிடித்தவளோடு நிறை வாழ்வு வாழ்ந்து, அவளுடனே வானப்பிரஸ்தம் சென்று, அதன் பின்னரே துறவறம் மேற்கொள்ள வேண்டும். இரண்டிலொரு வழியைத் தேர்ந்து சொல்."

சொல்ல வேண்டியதைச் சொல்லி முடித்துவிட்ட நிறைவுடன் மானசா அருகிலிருந்த பீடத்தில் அமர்ந்தாள். ஆஸ்திகனோ அன்னையின் வாதப்பெருக்கில் மூழ்கித் திணறிக் கொண்டிருந்தான். சிறு வயதில் தந்தையின் அண்மைக்கு ஏங்கிய காலங்களில் எல்லாம் மாமனாகிய வாசுகியை அணுகி ஆறுதல் பெற்றாலும், பின்னர் குருநாதரையே தந்தையின் இடத்தில் வைத்துப் பார்த்துக்

கொண்டாலும்கூட அவையெதுவும் தந்தையின் அருகமைவுக்கு நிகராகுமா என்று எண்ணிக் கொள்ளுவான். அன்னையின் வார்த்தைகளில் இருந்த அனலும், அவனது ஆழ்மனக் காயங்களும் சேர்ந்து அவன் எடுக்க வேண்டிய முடிவென்ன என்பதை அடையாளம் காட்டின. நெடுநேர மெளனத்திற்குப் பின்னர் குரலைச் சீர் செய்து கொண்டு பேச்சைத் துவக்கினான்.

"நீங்கள் தேர்ந்தெடுக்கும் மணமகளை மணந்து, ஆசிரமம் அமைத்து, மண்ணில் வேர்பரப்பி வாழ்கிறேன். தங்கள் மனம் புண்படும்படி நான் பேசியிருந்தால் பொறுத்தருளுங்கள் அன்னையே" என்றபடி அவளது காலடியில் அமர்ந்தான்.

உறைந்து நின்றிருந்த மானசாவின் மனம் மீண்டும் இளகி விழிநீராக வழிந்தது. வார்த்தைகளற்று மைந்தனின் சிரத்தைத் தடவினாள்.

"சிறு திருத்தம். உனக்கான மணமகளைத் தேர்ந்தெடுக்கப் போவது நானல்ல, என் தமையனே. நான் இன்றே, இப்போதே உங்கள் அனைவரிடமிருந்தும் விடைபெற்றுச் செல்லவிருக்கிறேன். கங்காத்துவாரத்திற்குச் சென்று தவமியற்ற எண்ணியுள்ளேன்."

"ஏனம்மா இந்த முடிவு? இங்கு உனக்கு என்ன குறை?" என்று வாசுகி பதற, ஆஸ்திகனோ அதிகப் பதற்றம் இன்றி அமைதியாகத் தாயைப் பார்த்துக் கொண்டிருந்தான்.

"அண்ணா, இது நாள் வரை என் கடமைகள் முடிவதற்காக காத்திருந்தேன். இனி என் ஆன்மாவின் தேடலை நான் தொடங்க வேண்டுமல்லவா? ஜரத்காரு முனிவரின் வம்சத்தை வளர்க்க ஒரு மகன், நாகர் குலத்தவரின் சாபத்தை தீர்க்க ஒரு மருகன், குரு குலத்தவரின் பழி வெறியையைத் தணிக்கும் வேதம் முற்றோதிய முனிவன் எனும் இத்தனை வெற்றிப் பதாகைகளை சூடியபடி நிற்கும் இந்தச் சிறுவனைப் பெற்றெடுப்பதோடு என் வாழ்வு முடிந்துவிடுமா?"

அனைவரும் அமைதியாக நின்றனர்.

"பெண்ணென்பவளுக்கு வீடு பேறு அவள் மைந்தனே என்கின்றனர். நான் அதை ஒப்பவில்லை அண்ணா; மைந்தனால் மட்டுமே அவள் வாழ்வு நிறைவு பெற்றுவிடுவதில்லை. ஆணோ பெண்ணோ, யாராயிருப்பினும் மானுட உள்ளத்தில் எழும் கேள்விகளுக்கான விடையைக் கண்டறிய ஒவ்வொருவருக்கும் ஒரு

வழிமுறை இருந்தாக வேண்டும். எனக்கான விடைகள் என் சொந்தத் தேடலில் மட்டுமே கிட்டுமென்று என் உள்மனம் சொல்கிறது.

வானப்பிரஸ்த்தம் செல்வதானால்கூட கணவனோடு சேர்ந்துதான் மனைவியும் கானேக வேண்டும் என்கிறார்கள். அங்கு போயும் பதி சேவை செய்வதுதான் பெண்ணுக்கு வீடு பேற்றுக்கான வழி என்பதை நான் ஏற்க மாட்டேன். தனித்து வனத்தில் உலவ அஞ்சும் பேதைகளுக்கு வேண்டுமானால் அந்த வழி பாதுகாப்பானதாகத் தோன்றலாம். வனமே வீடெனக் கொண்ட என்னைப் போன்ற ஒரு நாகினிக்கு புவியில் எதற்கும் அச்சமில்லை. புவி தோன்றிய நாளிலிருந்து சுழன்று கொண்டிருக்கும் ஆதாரக் கேள்விகளுக்கான விடையைத் தவத்தினால் அகழ்ந்தெடுத்தால் மட்டுமே என் பிறவிக்குப் பொருளிருக்கும்.

விழைவு, வெறுப்பு, தன்னலம், மயக்கம், ஆணவம், அழுக்காறு ஆகிய குற்றங்களை நீக்கி, மெய், வாய், கண், மூக்கு, செவி எனும் ஐம்புலன்களையும் அடக்கி, மனம், அறிவு, நினைவு, முனைப்பு எனும் நால் வகை அகக்கருவிகளையும் குவித்து தவமியற்றுவது ஒன்றே என் பிறவிப் பயனைக் கண்டுணரும் வழி.

இந்த முடிவை இன்றல்ல... நான் அம்முனிவருடன் வாழ்ந்த இல்லம் தீப்பற்றி எரியும்போதே எடுத்துவிட்டேன். இனி முக்கண் முதல்வனை நேரில் கண்டாலன்றி என்னுள் இடைவிடாது எரியும் அந்த அனல் அழியாது." பேசிக் கொண்டே திரும்பி தன் மகன் ஆஸ்திகனைப் பார்த்தாள் மானசா.

"ஆம் அன்னையே! தங்களது உள்ளாற்றல் சராசரியான ஒரு பெண்ணாக குடும்பமொன்றை அமைத்து அதில் மட்டுமே நிறைவு கொள்ளக் கூடியதில்லை என்று என் ஆழ்மனதில் அறிந்தே இருந்தேன். ஆனாலும், குறுமுனியின் கமண்டலத்தில் அடைந்திருந்த காவிரி போல இவ்வில்லத்தில் அன்னையென இருந்து என்னை ஆளாக்கினீர்கள். அதற்கு என் நன்றி. இனி உங்கள் வழிகள் பெருகட்டும். என்னை ஆசீர்வதியுங்கள்" என்று அவள் பாதம் பணிந்தான்.

கரத்தால் அவன் சிரம் தடவி வாழ்த்திவிட்டு மாற்றாடை ஒன்றை மட்டும் கொண்ட மூட்டையோடு அந்த இல்லம் விட்டிறங்கினாள் மானசா. காவிரியின் கரையிலிருந்து கங்கைக் கரை நோக்கிய அவளது பயணம் தொடங்கியது.

அடுத்த வளர்பிறை பஞ்சமியில், கத்ரு அன்னையினருகில் மானசாவிற்கும் ஒரு கல் பிரதிஷ்டை அமைந்தது. ஆஸ்திகர் பல வருடங்களுக்குப் பின் தன் துணைவியோடு வடதிசைப் பயணம் மேற்கொண்டபோது, கங்கை இமயத்திலிருந்து இறங்கி மண்ணைத் தீண்டும் கங்காத்துவாரத்தில் வில்வ பர்வதமெனும் இடத்தில் தன் அன்னை மானசா, சித்தேஸ்வரியாக, விஸ்வ பூஜிதையாக, நாகபகினியாகக் கோவில் கொண்டிருப்பதைக் கண்டு நெகிழ்வோடு வணங்கினார்.